नेटवर्क मार्केटिंग
प्रश्न तुमचे
उत्तर सूर्या सिन्हा यांचे

लेखक

सूर्या सिन्हा

(मानव प्रशिक्षक आणि प्रेरक)

डायमंड बुक्स

प्रकाशक : डायमंड पॉकेट बुक्स (प्रा.) लि.
X-30 ओखला इंडस्ट्रियल एरिया, फेस -II
नई दिल्ली- 110020
फोन : 011-40712200
ई-मेल : wecare@diamondbooks.in
वेबसाइ : www.diamondbooks.in
संस्करण : 2025

Network Marketing Sawal Aapke Jawab Surya Sinha Ke (Marathi)
By : Surya Sinha

अर्पण

माझ्यावर अपार कृपा करणाऱ्या
माता वैष्णो देवीच्या
चरणी हे पुस्तक अर्पण

धन्यवाद

सुज्ञ वाचकहो,

लेखक, मानव प्रशिक्षक आणि प्रेरक **सूर्या सिन्हा** यांनी लिंहिलेल्या या पुस्तकाची **नवीन सुधारित आवृत्ती** तुमच्या हातात आहे. तुम्ही या पुस्तकावर इतके भरभरून प्रेम केले आणि इतके मनापासून स्वागत केले आहे, की अल्पावधितच त्याच्या **एक लाखाहून** अधिक प्रती विकल्या आहेत. या नवीन आवृत्तीचेही तुम्ही मनापासून स्वागत कराल, अशी अपेक्षा आहे. आमच्या प्रकाशनाच्या इतक पुस्तकांनाही चांगली मागणी आहे. ही आमच्यासाठी अभिमानास्पद बाब आहे. नेटवर्क मार्केटिंगशी संबंधित लाखो लोकांनी हे पुस्तक वाचले असून शेकडो वाचकांची मागणी आहे. ज्या वाचकांनी पोस्टाद्वारे या पुस्तकाची मागणी केली आहे, त्यांनी आपल्या ॲक्टिव्ह अपलाइनद्वारे किंवा जवळच्या शहरातील पुस्तक विक्रेत्याकडे त्याची मागणी करावी. कारण होलसेलमध्ये चांगली सवलत देऊन आम्ही तुम्हाला हे पुस्तक पाठवू शकतो, पण पोस्टाने एकेक पुस्तक पाठवणे आम्हाला अशक्य आहे.

तुमच्या प्रत्यक्ष- अप्रत्यक्ष सहकार्याबद्दल धन्यवाद.

प्रकाशक,

विनर्स ट्रॅक

प्रकाशन विभाग,

१४१- ए, पॉकेट ए-२,

मयूर विहार फेस- ३, दिल्ली- ९६.

फोन न.: ०९३५०५२७२०४, ०९३१३६२९८१,०९३१२६९८२७६

पुस्तकासंदर्भात

या पुस्तकात मी फक्त अशाच प्रश्नांचा समावेश केला आहे,जे प्रश्न साधारणपणे नवीन सदस्य आपल्या वरिष्ठांना विचारित असतात; पण त्यांना योग्य उत्तर मिळत नाही. **नेटवर्क मार्केटिंग**मध्ये प्रवेश करू इच्छिणाऱ्यासाठी हे एक प्रकारचे प्रायमर आहे. इथे त्यांच्या बहुतेक शंका, समस्या, परिस्थिती आणि परिस्थितीजन्य समस्या आणि अडचणींचे निवारण करण्याचा प्रयत्न केला आहे. या व्यवसायाशी आधीपासून निगडीत असलेल्या तसेचया व्यवसायात पदार्पण करण्याची इच्छा असलेल्या सर्वांसाठी हे पुस्तक नक्कीच योग्य मार्गदर्शन करेल, अशी मला पूर्ण आशा आहे.

नेटवर्क मार्केटिंग आणि भविष्याची चाहूल

नेटवर्क मार्केटिंगचा इशारा देणारी भविष्याची टकटक आपण ऐकायला हवी. मोठ मोठ्या कंपन्यांना आता त्यांच्या आणि उपभोक्त्यांच्या मध्ये कोणीही नको आहे. म्हणजे स्टॉकिस्ट, एजंट, डिस्ट्रीब्युटर, होलसेलर, रिटेलर इ. आपल्या उपभोक्त्यांशी त्यांना थेट संवाद साधायचा आहे. स्टॉकिस्ट, एंजट, डिस्ट्रिब्युटर्स, होलसेलर्स आणि रिटेलर्स जो नफा कमावतात, तो थेट उपभोक्त्यांना मिळावा, अशी त्यांची इच्छा आहे.

जगातील अनेक मोठ मोठ्या कंपन्यांनी हे तथ्य स्वीकारले असून नेटवर्क मार्केटिंगच्या माध्यमातून आपला व्यवसाय करायला सुरुवात केली आहे.

फार दूर जाण्याची आवश्यकता नाही. भारतातीलही अनेक मोठ मोठ्या कंपन्यांनी हे सत्य स्वीकारले आहे, की भविष्यात त्यांची उत्पादने विकण्याचा एक चांगला पर्याय म्हणजे नेटवर्क मार्केटिंग आहे. अनेक कंपन्यांनी याचा वापर करायला सुरुवात केली असून अनेक कंपन्या महानगरातून नेटवर्क मार्केटिंगच्या माध्यामातून आपली उत्पादने विकायला लागल्या आहेत. भविष्यात लवकरच देशाच्या प्रत्येक शहरात, गावात आणि कना कोपऱ्यात नेटवर्क मार्केटिंगच्या माध्यामातून उत्पादनांची विक्रीकेली जात असल्याचे आढळून येईल.

इतकेच नाही, तर अनेक प्रसिद्ध कंपन्याही ही व्यवस्था स्वीकारण्यासाठी आपील तयारी करायला लागल्या आहेत.

या दृष्टिने विचार केला, तर नेटवर्क मार्केटिंग बिझनेसचे भवितव्य नक्कीच उज्ज्वल आहे.

मी हे पुस्तक का लिहिले?

मित्रहो, एक यशस्वी फिल्म एडिटर म्हणून काम केले आहे. मी एडिट केलेल्या सेकडो टिव्ही सिरियल विविध चॅनल्सवरून प्रसारित झाल्या आहेत. मुंबईत माझे काम अतिशय घांगले चालले होते, पण काही चांगले निर्णय चुकीच्या वेळी घेतल्यामुळे मी चित्रपट वितरणाच्या व्यवसायात उडी घेतली. चित्रपट निर्माता आणि वितरक झालो. या व्यवसायात मी खूप पैसा लावला, पण अनुभवाचा अभाव असल्यामुळे माझ्या नवीन व्यवसायाचे लवकरच बारा वाजले. किवा माझ्या पार्टनर्सनी व्यवसाय योग्य पद्धतीने केला नाही, असे म्हटले तरी चालेल. काहीह असो, माझा व्यवसाय बसला आणि मी रस्त्यावर आलो. व्यवसायात अतिशय वाईट प्रकारे नुकसांन झाल्यामुळे मी कंगाल झालो होतो. मित्र, नातेवाईक आणि ओळखीचेही मला मूर्ख, नालायक आणि बरेच काही बाही म्हणायला लागले. सर्व जण मला हासत होते, पण मदत मात्र कोणी करीत नव्हते. कसे तरी मीच मला सावरले आणि आपल्या हातून घडलेल्या चुका आणि उणिवा शोधण्याच्या मागे लागलो. त्यासाठी मी देवावर विश्वास ठेवून अगणित मेडिटेशन शिबिरांना हजेरी लावली. तिथे मी ध्यान करीत असे आणि रिकाम्या वेळी यशस्वी लोकांचे चरीत्र वाचीत असे. माझ्यात दडलेल्या उणिवा आणि भलेपणाचे विश्लेषण करीत असे. मेडिटेशन म्हणजे ध्यान साधने केल्यामुळे मला माझ्या अगणित समस्यांवर उत्तरे सापडली आणि मी पुन्हा एकदा अतिशय सुंदर दृष्टिकोनातून जीवनाकडे पहायला सुरूवात केली. मला तर यश मिळाले; पण माझ्यासारखे अपयशी झालेले अनेक लोक या जगात आहेत. अपयशाला घाबरून प्राणघातक पाऊले उचलण्याचा ते विचार करीत आहेत. आपल्या जीवनात आपण आताही खूप

काही करू शकतो, हे आपण त्यांना का सांगू नये? आपली इच्छा असेल, तर अपयशापासून धडा घेऊन नव्या पद्धतीने जीवन जगू शकतो. हाच विषय घेऊन मी लिहायला सुरूवात केली. इथे एक गोष्ट स्पष्टपणे सांगायला हवी, की शालेय जीवनापासूनच मी अतिशय रचनात्मक राहिलो असून एका चांगल्या वक्त्यासाठी लागणारे गुण माझ्यात लहानपणापासूनच होते. त्यामुळे अनेक प्रेरक आणि रोचक कथा मी व्यासपीठावरून अतिशय आत्मविश्वासाने सांगत असे. महाविद्यालयीन जीवनात, तर सांस्कृतिक कार्यक्रमात सहभागी होऊन मी अनेक पुरस्कार मिळविले होते. माझ्याकडे अतिशय चांगले संवाद कौशल्य होते. याच कारणामुळे माझ्यातील या गुणांचा व्यवसायासाठी वापर करण्याचे ठरविले.

याचा परिणाम असा झाला की लोकांनी मला ऐकायला आणि माझा सल्ला घ्यायला सुरूवात केली. हळूहळू माझ्या चाहत्यांची संख्या वाढायला लागली. मी सांगितलेल्या सल्ल्यामुळे त्यांचा खूप फायदा झाल्याचे ते मला सांगायला लागले पाहता पाहता मी एक मानव प्रशिक्षक आणि प्रेरक झालो. याच दरम्यान माझी काही नेटवर्क मार्केटिंग प्रमुखांशी भेट झाली. त्यांनी मला त्यांच्या शैक्षणिक कार्यक्रमांसाठी बोलावले. तिथे माझी या व्यवसायाशी ओळख झाली. हा बिझनेस मला जगातील सर्वाधिक योग्य बिझनेस वाटला. याचे वैशिष्ट्ये असे की याच्या सोबत एक शैक्षणिक संस्थाही चालते. तीच या व्यवसायाचा प्राण असते. त्यामुळे मी या व्यवसायाशी संबधित अभ्यास करायला सुरूवात केली. बैठका आणि कार्यक्रमांना हजेरी लावली. काही कॅसेटस् ऐकल्या.याच दरम्यान या व्यवसायाशी निगडित असलेले अनेक प्रश्न माझ्या मनात निर्माण व्हायला लागले. त्या प्रश्नांची उत्तरे मिळविण्याच्या मागे मी लागलो. जोडीने नेटवर्क मार्केटिंगशी संबंधित लोकांशीही मी भेटत होतो. त्यांच्या अडचणी, शंका, समज आणि त्रास जाणून घेत होतो,

तसेच माझ्या माहितीप्रमाणे त्यांचे समाधान करण्याचाही प्रयत्न करीत होतो.एकीकडे शैक्षणिक कार्यक्रम करीत असताना मी नेटवर्क मार्केटिंगशी संबंधित पुस्तके आणि साहित्य दुसऱ्या देशांतून मागवून मी त्यांचा अभ्यासही करीत होतो. मी परदेशी लेखक आणि प्रशिक्षकांचे विचार समजून घेतले. कॅसेटच्या माध्यामातून ऐकले. काही काळाने मला या कामातही समाधान मिळायला लागले. हळूहळू माझे नाव नेटवर्क मार्केटिंग म्हणजेच मल्टि लेव्हल मार्केटिंग ट्रेनर म्हणूनही घेतले जाऊ लागले.

आता विविध नेटवर्क कपंन्या किंवा गट मला आपल्या मिटग्जि, फंक्शन्स आणि एज्युकेशनल प्रोग्रामसाठी बोलावायला लागले. त्यांच्या वितरकांच्या शंकाचे समाधान करणे, व्यवसाय करण्याच्या नवनवीन क्लृप्त्या शिकविणे, पर्सनॅलिटी डेव्हलपमेंटचे विविध पैलू शिकविणे, पोशाखाचा व्यवसायावर होणारा परिणाम, मानसिक तणाव दूर करण्याचे उपाय, लोक व्यवहार, वेळ व्यवस्थापन, नेतृत्त्व क्षमता कशी विकसित करावी, अशा काही बाबतीत मी त्यांना मार्गदर्शन करीत असे. अशा प्रकारे मी नेटवर्क मार्केटिंगचा ट्रेनर म्हणूनही प्रस्थापित झालो. त्याच बरोबर मला असेही जाणवले, की भारतीय नेटवर्क मार्केटिंग विषयी भारतात खूप कमी साहित्य उपलब्ध आहे. या विषयावर बहुतेक पुस्तके परदेशी लेखकांचीच आहेत. त्या पुस्तकात परदेशात व्यवसाय करताना येणाऱ्या अडचणी विषयीच जास्त माहिती दिलेली असते. तेथील सामाजिक रचना आणि भौगोलिक स्थिती याला अनुसरूनच उदाहरणेही दिली जातात. हे सर्व पाहून माझ्या मनात असा विचार आला, की भारतीय परिस्थितीत काम करणाऱ्या लोकांच्या समस्या, त्यांचे प्रश्न, आणि उत्साह यावर आधारित असे एखादे पुस्तक लिहावे, जे नेटवर्क

मार्केटिंग करू शकणाऱ्या भारतीयांना उपयुक्त ठरू शकेल. या दरम्यान काही नवीन वितरकांनी पत्रांच्या माध्यमातून माझ्याशी फक्त संपर्कच साधला नाही, तर आपल्या शंका, अडचणी आणि समस्याचे समाधानही मागितले. काही अशा लोकांचे फोन आणि पत्रही मला आले, ज्यांना नेटवर्क मार्केटिंगविषयीं काही माहीत नव्हते, पण माहीत करून घ्यायचे होते. हे सर्व लोक देशाच्या विविध काना कोपऱ्यात राहणारे होते आणि त्यांना एकत्रित करणे अशक्य होते. प्रत्येकाला पत्र लिहून कळविणे, हीही माझ्यासाठी अडचण होती. त्यामुळे म्हणून मग हे पुस्तक लिहिण्याचा ठाम निर्धार केला. त्याचा परिणाम म्हणून 'नेटवर्क मार्केटिंग- प्रश्न तुमचे, उत्तर सूर्या सिन्हा यांचे' या नावाचे हे पुस्तक तुमच्या समोर आले आहे.

- सूर्या सिन्हा

आभार

प्रिय वाचकहो,

सदर पुस्तक तुमच्यापर्यंत पोहचविण्यासाठी माझे शुभचिंतक, हितचिंतक, मित्र यांनी खूप सहकार्य केले आहे. मी त्यांना मनापासून आभारी आहे. -

❍ आई-वडिलांचे आशीर्वाद, छोटी बहीण आरतीचे प्रेम याने मला नेहमीच पुढे जाण्यासाठी प्रोत्साहित केले आहे.

❍ **श्रीमती बीना आग्रवाल, शकील खान, रवी चौहान** यांचा मी मनापासून आभारी आहे. त्यांनी माझ्या प्रत्येक कार्यासाठी मनापासून सहकार्य केले असून अद्यापही करीत आहेत.

❍ पुस्तकाच्या मुखपृष्ठासाठी उत्कृष्ट फोटोग्राफी करणारे **श्री यशवंत कुमार महाजन**, पुस्तकाची अंतर्गत सजावट करणारे **विन्नर्स ट्रॅकचे** श्री **दीपक धवन** यांचाही मी मनापासून आभारी आहे. भविष्यातही त्यांच्याकडून असेच सहकार्य मिळेल, अशी आशा आहे.

❍ सर्व परदेशी लेखक आणि नेटवर्कर्सचाही मी आभारी आहे कारण त्यांच्यामुळेच मला या विषयावरील पुस्तके वाचता आली तसेच कॅसेटस ऐकता आल्या.

❍ आपल्या सेमिनारसाठी मला आमंत्रित करणाऱ्या नेटवर्कर्सचाही मी आभारी आहे. कारण त्यांच्यामुळेच मला नेटवर्क मार्केटिंग व्यवसायाचे सामर्थ्य कळले.

❍ **श्री धरम बारीया यांचाही मी आभारी आहे.** स्वत एक उच्च दर्जाचे लेखक असलेल्या बारीया यांनी मला वेळोवेळी मार्गदर्शन करून माझे मनोबल वाढविण्याचे अतिशय मोलाचे काम केले आहे.

❍ ज्यांचे नाव मी इथे नमूद करू शकलो नाही, तरीही ज्यांनी मला कोणत्या ना कोणत्या प्रकारे सहकार्य करून पुढे जाण्यासाठी प्रोत्साहित केले. त्या सर्वांचा मी मनापासून आभारी आहे.

- सूर्या सिन्हा

आपल्याला यश मिळविण्यासाठी -

थोडा अधिक ठाम निश्चय

थोडे अधिक साहस

थोडे अधिक विचारपूर्वक वागून

थोडा अधिक अभ्यास

थोडे अधिक परिश्रम

आणि थोडे अधिक काम करण्याची आवश्यकता असते.

- सुमित लाठिया, गुजरात

प्रश्नानुक्रम

★ आठवड्याला रोज तीन- चार तास काम करून चाळीस-पन्नास हजार रूपये मिळवू शकता, असे काही लोक आम्हाला सांगतात. ४४

★ नेटवर्क मार्केटिंगमध्ये आधी प्रवेश करणाऱ्या व्यक्तीला जास्त उत्पन्न मिळते आणि नंतर येणाऱ्याला कमी मिळते का? ४५

★ नेटवर्क मार्केटिंग बिझनेसची सुरूवात कोणत्या बिंदूपासून करावी? ४६

★ मला चांगले बोलता येत नाही. माझे इंग्रजीचे उच्चारही चांगले नाहीत. अशा परिस्थितीत मी हा बिझनेस सुरु करू शकतो का? ४८

★ माझे शिक्षण कमी आहे, मी हा बिझनेस करू शकतो का?४९

★ मला हा व्यवसाय करायचा आहे, पण माझ्याकडे अजिबात वेळ नाही. सकळी घरातून बाहेर पडतो आणि रात्री उशिरा परत येतो. ५०

★ समाजात आम्हाला खूप मान आहे. आम्ही असे काम करायला लागलो, तर लोक काय म्हणतील? त्यामुळे समजात आम्हाला अपमान तर सहन करावा लागणार नाही? ५३

★ मी नेटवर्क मार्केटिंग बिझनेस करावा, यासाठी माझा एक मित्र वारंवार प्रयत्न करीत आहे. मला चांगली नोकरी असून माझे ठीक चालले आहे. अशा वेळी मी हा बिझनेस करायला हवा का? हो तर का? ५४

★ विचार बदलायला हवा, असे तुम्ही म्हणता. हे शक्य आहे? लहानपणापासून आपण जे विचार सोबत घेऊन जगत असतो. ज्याचा आपल्या जीवनावर आणि वातावरणावर खूप परिणाम झाला आहे, तो इतक्या सहजपणे बदलता येईल का? ५५

★ मीही अशा अनेक नेटवर्क मार्केटिंग करणाऱ्यांना भेटलो आहे, जे दुसऱ्यांना मिटिंग्ज, सेमिनार, फंक्शन आणि एज्युकेशनल प्रोग्रामला तिकिट काढून यायला सांगतात. त्याचबरोबर ऑडियो कॅसेटस् ऐकायला आणि

तसेच या बिझनेससाठी कोणाला तयारही करू शकत नाहीत.' अशावेळी आम्ही काय करावे? ८३

★ आपल्याला काही लोक असेही भेटतात, जे म्हणतात, 'हा बिझनेस तर निरूपयोगी आहे. हा बिझनेस जॉइन करणारे पण शेवटी हाती तीन पाने लागलेली अनेक माणसेही आम्हाला माहीत आहेत. त्यांनी हा बिझनेस सोडला.' अशा लोकांना आपण काय उत्तर द्यावे? ८४

★ क़ाही लोक असेही भेटतात, जे सुरूवातीला या व्यवसायावर विश्वास ठेवीत नाहीत. काही विशेष प्रकारे त्यांना विश्वास ठेवायला भाग पाडले तर वरवर ते सहमत असल्याचे दाखवतात, पण अश्वासन देऊनही ते मिटिंग्ज आणि फंक्शनला हजर राहत नाहीत. अशा लोकांशी कशा प्रकारे वागायला हवे? ८६

★ या बिझनेसमध्ये असेही काही लोक भेटतात, त्यांना कितीही समाजावून सांगितले तरीही ते समजतच नाहीत. उलट वाद घालायला लागतात. अशा वेळी आपण काय करावे? ८८

★ क़ाही लोक असेही भेटतात, त्यांना लाख समाजावून सांगितले तरीही ते समजून घ्यायला तयार नसतात. आपल्या विचारात काही परिवर्तन करण्याची त्यांची तयारी नसते. अशा लोकांना कसे ट्रीट करावे? ८९

★ मी एक नेटवर्क कंपनी जॉइन केली आहे. कंपनी जॉईन करण्यापूर्वी माझ्या अपलाइनने मला सांगितले होते, की कंपनीची सर्व उत्पादने अतिशय चांगली आहेत. आता मी आणि माझे डाउन लाइन तसेच इतर लोक ही उत्पादने वापरायला लागलो आहोत, तेव्हा प्रॉडक्टच्या क्वालिटीच्या अनेक तंक्रारी येताहेत. अशा वेळी मी काय करू? ९१

★ यापूर्वीही मी दोन तीन नेटवर्क कंपन्या जॉइन केल्या होत्या. त्यात मला बऱ्यापैकी पैसा मिळाला मात्र माझ्या टिमच्या सदस्यांना फार काही

प्रश्न - उत्तरे

★ प्रश्न : नेटवर्क मार्केटिंगबाबत तुमचा विचार काय आहे?

उत्तर : नेटवर्क मार्केटिंगबाबत मी खूप संशोधन केले आहे. यावर आधारित फंक्शन आणि मिटिंग्जही अटेंड केल्या आहेत. माझ्या काही जवळच्या मित्रांनीही नेटवर्क मार्केटिंगमध्ये खूप मोठे यश मिळविले आहे. नेटवर्क मार्केटिंग व्यवसाय पाहिल्यानंतर आणि समजून घेतल्यानंतर मी अशा निर्णयावर आलो आहे, की हा एक अतिशय चांगला आणि सुंदर व्यवसाय आहे. खरं तर त्याचे मी शब्दात वर्णन करू शकत नाही. मी फक्त इतकेच सांगू शकतो, की कोणीही व्यक्ती पहिल्यांदाच या व्यवसायाचे सौंदर्य, भलेपणा आणि सामर्थ्य समजून घेऊ शकत नाही. हे समजून घ्यायला उशीर लागतो आणि हा व्यवसाय करीत असताना तुमच्या हातून चुक होऊ शकतात. तसेच काही शंका आणि प्रश्नही तुमच्या मनात निर्माण होऊ शकतात. तुम्ही ही सिस्टिम समजून घेऊन पुढे जाता आणि नेटवर्क मार्केटिंग करता तेव्हा तुमच्या सर्व शंकाचे समाधान आणि प्रश्नांची उत्तरे तुम्हालाच हळूहळू मिळू लागतात.

अमेरिकेत पाच लाखांपेक्षा अधिक करोडपती आहेत आणि त्यातील २० टक्के गेल्या काही वर्षांत नेटवर्क मार्केटिंगद्वारे करोडपती झाले आहेत.

- बेवर्ली एल्डर

★ प्रश्न : हे नेटवर्किंग काय आहे? याचा अर्थ काय आहे?

उत्तर : सोप्या शब्दात तुम्ही हे असे समजूंन घेऊ शकता की, ही एक अशी प्रक्रिया ज्यामध्ये वेगवेगळे ध्येय गाठण्यासाठी एक जण दुसऱ्याला मदत करीत असतो. अशा प्रकारे नेट म्हणजे जाळ्याप्रमाणे विविध बाजूंनी लोक याच्याशी जोडले जातात आणि पाहता पाहता चांगल्या आणि प्रगतीशील लोकांचे एक जाळे तयार होते. अशा प्रकारे एक दुसऱ्याला मदत करीत करती ते आपले ध्येय गाठतात.

अर्थात नेटवर्क मार्केटिंग बिझनेस प्रत्येकासाठी नाही, पण आज जगात हा बिझनेस एक सक्षम आर्थिक शक्तीच्या स्वरूपात विकसित होत आहे. ज्यांना भविष्यात व्यवसाय करायचा आहे आणि आपले आर्थिक भवितव्य उज्जवल करायचे आहे, त्यांनी या उद्योगात सामील होण्याचा विचार करायला हवा.

- रॉबर्ट टी. कियोसाकी

★ प्रश्न : शेवटी हे नेटवर्क मार्केटिंग काय आहे आणि ते कसे करतात, हे तुम्ही आम्हाला सांगाल का?

उत्तर : एक असा यशस्वी व्यवसाय आहे, जो तुम्ही शिका आणि इतरांनाही शिकवा. यामधून तुम्हाला नेहमीसाठी पैसा मिळायला लागला असेल, तर तुम्हाला कसे वाटेल? नक्कीच तुम्हाला चांगले वाटेल. हेच तर नेटवर्क मार्केटिंग आहे, ज्याचा स्वीकार सर्व लोक करीत आहेत. आज तरी नेटवर्क मार्केटिंग मध्ये हमखास यश मिळणार याबद्दल काहीच संशय नाही. कारण या सिस्टिममध्ये जी व्यक्ती समोरच्या व्यक्तीच्या मागे जात शिकते आणि दुसऱ्यांना शिकवत आपल्या सोबत जोडून घेते, त्याला नक्कीच यश मिळते.

तुम्हाला जर नेटवर्किंग मार्केटिंगची व्याख्या हवी असेल, तर साध्या आणि सोप्या शब्दात असे म्हणता येईल की, मोठ मोठ्या कंपन्यांना आपल्यात आणि आपल्या उपभोक्त्यांत आता दुसरा कोणताही अडथळा नको आहे. म्हणजे स्टॉक्सिस्ट, एजंट, डिस्ट्रिब्युटर्स, होलसेलर, रिटेलर इ. आपल्या उपभोक्त्याशी आपला थेट संवाद त्यांना हवा आहे आणि स्टॉक्सिस्ट, एजंट, डिस्ट्रिब्युटर्स, होलसेलर, रिटेलर यांना मिळणारा फायदा त्यांना थेट उपभोक्त्यांना द्यायचा आहे.

ही एक अशी बिझनेस व्यवस्था असते, ज्यामध्ये प्रत्येक व्यक्तीला स्वतंत्ररित्या कंपनीची उत्पादने विकण्याचा आणि सेवा पुरविण्याचा अधिकार असतो. त्याच बरोबर तो इतर लोकांना आपल्या बिझनेसमध्ये नियुक्त करून त्यांना आपला बिझनेस पार्टनर बनवतात. काम करण्याची हीच पद्धत एका पासून दुसऱ्याकडे, दुसऱ्यापासून तिसऱ्याकडे, तिसऱ्यापासून चौथ्याकडे अशी वाढत जाते. या तुम्ही जोडलेल्या सर्व लोकांनी केलेल्या व्यवसायावरही तुम्हाला बोनस मिळतो. या व्यवसायाचे विशेष वैशिष्ट्ये असे की अगदी थोड्या कालावधीत तुम्ही तुमच्याशी अनेक लोक जोडू शकता. त्यांच्या व्यवसायानुसार तुम्हाला बोनस मिळत जातो.

हा बिझनेस जॉईन केल्याबरोबर आपण करोडपती होऊ, असे तुम्हाला वाटत असेल, तर ते चुकीचे आहे. कारण या व्यवसायाचेही अनेक नियम आहेत. तत्व आहेत. तंत्रही आहे. त्याचा वापर केल्यानंतरच या व्यवसायात यश मिळविले जाऊ शकते.

- गोपाल चंद्र साहू (भूवनेश्वर)

हा शिकण्याचा आणि शिकविण्याचा व्यवसाय आहे. हा व्यवसाय करीत असताना शिकण्याची आणि शिकविण्याची जी साखळी निर्माण होते, तिच्यामुळे हा व्यवसाय करणे सहज शक्य होते.
- एच. के . चौधरी (पूर्व सिक्किम)

★ प्रश्न : नेटवर्क मार्केटिंगचे काय काय फायदे आहेत?

उत्तर : सर्वात महत्त्वाचा फायदा असा, की हा बिझनेस तुम्हाला स्वावलंबी बनवितो. तुमच्यात आत्मविश्वास निर्माण होणे, हा दुसरा फायदा आहे. तिसरे म्हणजे तुमची शैक्षणिक पात्रता वाढते. तुमची पर्सनॅलिटी डेव्हलप होते. चांगल्या सोसायटीत राहणाऱ्या आणि चांगल्या (सुशिक्षित) लोकांची सोबत मिळाल्यामुळे तुमचे स्टँडर्ड ऑफ लिव्हिंग वाढते. तुमची बसण्या, उठण्याची आणि बोलण्याची पद्धत बदलते. तसेच आर्थिक स्वातंत्र्य म्हणजे गुलामी (नोकरी) पासून मुक्ती मिळते.इथे मी आणखी एक गोष्ट स्पष्ट करून सांगू इच्छितो, की या व्यवसायाला सुरूवात केल्याबरोबर नोकरी सोडण्याची आवश्यकता नाही. सर्वात पहिली गोष्ट म्हणजे आतापर्यंत तुम्ही तुमचा जो वेळ वाया घालवित होतात, तो या व्यवसायासाठी वापरा. म्हणजे नोकरीवर जाण्यापूर्वीचा आणि नोकरीवरून आल्यानंतरचा. या रिकाम्या वेळेचा वापर केल्यामुळे तुमच्या मेहनतीतून काही जास्त उत्पन्न मिळत असेल, तर त्यात वाईट ते काय आहे? या व्यवसायामुळे तुमचे सर्कल विस्तारित होते. नव्या नव्या लोकांशी भेट होते आणि एक वेगळ्या व्यक्तीमत्त्वाची व्यक्ती म्हणून तुमची ओळख निर्माण होते. आजच्या काळाता प्रत्येकाला जास्तीत जास्त उत्पन्न मिळवायचे आहे, पण काही लोकांना त्यासाठी मार्ग सापडत नाही. या व्यवसायामुळे पैसा आणि सन्मान मिळविण्याचा एक सोपा मार्ग तुम्हाला मिळतो. मग तुम्हाला हा फायदेशीर वाटणार नाही का?

★ प्रश्न : नेटवर्कर पैसा कसे मिळवितात? कंपनी हा पैसा कसा आणि का वाटत असते?

उत्तर : कोणतीही कंपनी आपल्या घरातून पैसे वाटत नाही. कंपनीचे उत्पादन विकले जात असते, तेव्हाच कंपनी पैसे वाटत असते. साधारण व्यवसायात स्टॉकिस्ट, एजंट, होलसेलर्स, रिटेलर्स, जाहिराती यासाठी पैसा खर्च होत असतो. नेटवर्क मार्केटिंगमध्ये हा सर्व खर्च करावा लागत नाही. हीच वाचलेली रक्कम कंपनी कमिशन आणि बोनस म्हणून आपल्या वितरकांत वाटत असते.

बहुतेक नेटवर्कर्स तर फक्त यामुळे समाधानी होतात, की त्यांना सवलतीच्या दरात माल मिळत असतो. हीच उत्पादने ते आपले शेजारी आणि नातेवाईकांना विकत असतात. पण त्यांना या व्यवसायातील खराखुरा फायदा माहीत नसतो. नेटवर्करचे खरे उत्पन्न तेव्हापासून सुरू होते, जेव्हा त्याचा व्यवसाय वाढला म्हणून बोनस मिळायला सुरूवात होते. बोनस वाटण्यासाठी नेटवर्क मार्केटिंग कपंनीने आपल्या उत्पन्नाचा एक भाग राखून ठेवलेला असतो. तो त्यांच्या नेटवर्क सदस्यांना मासिक किंवा वार्षिक मुदतीवर मिळत असतो. कंपनी बोनसचे वाटप कोणत्याही एका नेटवर्करच्या वैयक्तिक व्यवसायानुसार करीत नाही, तर तुमच्या पूर्ण ग्रुपने केलेल्या व्यवसायाच्या आधारे करीत असते.

तुमच्या माहितीतले बरेचसे लोक
तुम्ही हा व्यवसाय करू नका, असे सांगणारे असतात.
तसेच तुमचे मानसिक खच्चीकरण करण्याचाही प्रयत्न करतात.
तुम्ही या व्यवसायाशी जोडले गेलात आणि सफलतेच्या दिशेने
सतत आग्रेसर राहिलात, तर भविष्यात हेच लोक तुम्हाला
मिळालेले यश पाहून स्वतः या व्यवसायात येण्यासाठी अधिर
होतात.

- दीपक शर्मा (मध्यप्रदेश)
नेटवर्क मार्केटिंग लीडर

अतिशय महत्त्वाचा आणि विशेष
व्यवसाय समजून जे लोक या व्यवसायात
काम करीत असतात, तेच लोक या व्यवसायात यशस्वी होतात.
- संजय कुमार साहू (भूवनेश्वर)

☆ प्रश्न : माझ्या माहितीप्रमाणे नेटवर्क मार्केटिंगबाबत लोकांचे मत आणि विचार फारसे चांगले नाहीत?

उत्तर : होय, तुमचे म्हणणे अतिशय योग्य आहेत. नेटवर्क मार्केटिंगबाबत तुम्ही विचारले, तर वेगवेगळ्या लोकांची मते आणि विचार वेगवेगळे असतात. याचे कारण स्पष्ट असते कारण त्यांनी नेटवर्क मार्केटिंगबाबत काही अभ्यास केलेला नसतो. किंवा समजूनही घेतलेले नसते. लहानपणी मी एक गोष्ट ऐकली होती. त्यात एक हत्ती चार आंधळ्यासमोर आणून उभा केला जातो आणि हत्ती कसा आहे, ते त्यांना विचारले जाते. एका आंधळ्याचा हाताला हत्तीचा पाय लागतो, तेव्हा तो हत्ती खांबासारखा असल्याचे सांगतो. दुसऱ्याच्या हाताला शेपटी लागते म्हणून तो म्हणतो हत्ती सापासारखा आहे. तिसऱ्या हाताला सोंड लागते आणि तो म्हणतो हत्ती मोठ्या पाइपसारखा आहे. चौथ्याच्या हाताला कान लागतात, तो म्हणतो हत्ती ताडाच्या पानासारखा आहे. अशा प्रकारे त्या चार आंधळ्यात वाद निर्माण होतो. चौघेही आपापला अनुभव खरा असल्याचे सांगतात. चौघांपैकी एकानेही हत्ती पूर्णपणे पाहिलेला नाही. फक्त एक अवयव चाचपडून त्यांनी आपले मत व्यक्त केले आहे, की **मला जसा जाणवला तसाच हत्ती आहे. दुसरा मला मूर्ख समजत आहे.** अशाच प्रकारे नेटवर्क मार्केटिंग बाबतही लोकांचे वेगवेगळे अनुभव आण विचार आहेत. कोणाला वाटते की ही सदस्य बनविणारी एखादी योजना आहे. कोणाला वाटते हे एखादे उत्पादन विकण्याची योजना आहे. कोणाला वाटते हा पैसे लुटण्याचा धंदा आहे. कोणाला काही तर कोणाला काही वाटत असते. अशा प्रकारे बहुतेक लोकांना या व्यवसायाच्या सामर्थ्याची कल्पना नाही.

★ प्रश्न : नेटवर्क मार्केटिंगला उज्ज्वल भवितव्य आहे, असे तुम्हाला वाटते का?

उत्तर : होय, नेटवर्क मार्केटिंगचे भवितव्य खूप उज्ज्वल असून भविष्यात व्यापाराची हीच पद्धत अतिशय वेगवान होणार आहे. याचे सर्वात महत्त्वाचे कारण म्हणजे याचे सामर्थ्य लोकांना कळून चुकले आहे. सुशिक्षित आणि प्रगती करू इच्छिणारे लोक या व्यवसायात येऊ लागले आहेत. तेसच अतिशय चांगल्या प्रकारे हा व्यवसाय शिकत सातत्याने प्रगतीच्या मार्गावर अग्रेसर होत आहेत. तुमच्या माहितीसाठी सांगतो की भारतातील प्रमुख कंपन्यानीही आता आपली उत्पादने विकण्यासाठी नेटवर्क मार्केटिंग धोरणाचा स्वीकार करायला सुरूवात केली आहे. जगातील १००० पेक्षा जास्त मोठ मोठ्या कंपन्या आपली उत्पादने विकण्यासाठी नेटवर्क मार्केटिंगचा आधार घेत आहेत. अनेक विद्वानांनी या विषयावंर संसोधन केले आहे. आज पूर्ण अमेरिकेतील शाळांतून नेटवर्क मार्केटिंग बिझनेस व्यवस्था शिकवली जात आहे. त्यामुळेच ही सिस्टिम अतिशय वेगाने संपूर्ण जगात पसरत आहे.

तुमची टिम

तुम्हाला पाहूनच प्रेरणा घेत असते. तसेच उत्साह आणि सकारात्मक दृष्टिकोनातून काम करीत असते. त्यामुळे तुमचा दृष्टिकोन सकारात्मक असणे अतिशय आवश्यक असते. उत्साहाने हा व्यवसाय पुढे न्या. जास्तीत जास्त मिटिंग्ज अटेंड करा. चांगले संस्कार स्वीकारा. आपल्या टीमला पुढे जाण्यासाठी प्रोत्साहित करा. स्वतःला आणि आपलय टीमला प्रशिक्षित करण्याचे शक्य तो सर्व प्रयत्न करा.

- आशीष भारद्वाज (नोएडा, सेक्टर २२))

☆ प्रश्न : तुम्ही नेटवर्क मार्केटिंगला बिझनेसची इतकी का स्तुती करता?

उत्तर : नेटवर्क मार्केटिंग बिझनेसची स्तुती करण्याचे सर्वात महत्त्वाचे कारण म्हणजे याची एज्युकेशन सिस्टिम खूपच चांगली आहे. आणि या व्यवसायाचा हाच सर्वात पहिला फायदा आहे. तुम्हाला कंपनीचा बिझनेस प्लान, कमिशन प्लान आणि बोनस प्लान पाहून पुढे जाताना ही कंपनी आपलय वितरकांना प्रशिक्षित करण्यावर भर देते की नाही ते पहायला हवे. ही कंपनी तुम्हाला फक्त एक सेल्समन तर करीत नाही ना? त्यासाठी तुम्हाला थोडा जास्त वेळ द्यावा लागेल? तीन चार तासाचे सेल्स लेक्चर ऐकल्यानंतर आणि कंपनीने तयार केलेले रंगीन कॅटलॉग पाहिल्यानंतर जास्त परिश्रम घ्यावे लागतील. कंपनीचे एज्युकेशनल प्रोग्राम कसे आहेत, हेही तुम्ही माहीत करून घ्यायला हवेत. कंपनी कोणत्या गुणवत्तेचे शिक्षण आणि प्रशिक्षण कार्यक्रम आयोजित करते. तसेच शिक्षण आणि प्रशिक्षण देणाऱ्या प्रशिक्षकांनाही थोडा वेळ काढून भेटा. मग या व्यवसायात किती मोठे सामर्थ्य आहे, त्याची तुम्हाला आपोआप कल्पना येईल.

तुमच्या गेलेल्या वाईट काळाबाबत तुम्ही आताच विचार करू नका. कारण कितीही इच्छा असली तरीही तुम्ही तो बदलू शकत नाहीत. तुमच्या उर्वरित जीवनाचा विचार करून मिळालेल्या संधीचा योग्य प्रकारे वापर केला, तर तुमचे जीवन तुम्ही आनंदी आणि सुखी करू शकता.

- मनहरलाल के अहिर, दमन

☆ प्रश्न : हा दुसऱ्याला टोपी घालण्याचा व्यवसाय असल्याचे काही लोक समजतात?

उत्तर : होय, हा दुसऱ्याला टोपी घालण्याचा धंदा असल्याचे काही लोकांचे म्हणणे अतिशय योग्य आहे. अर्थाती ही टोपी त्यांना मूर्ख बनविण्यासाठी घातली

जात नाही, तर त्यांना आणखी सुंदर करण्यासाठी घातली जाते. ही टोपी सर्वांनाच उन्हाला, हिवाळा, पावसाळा यापासून वाचविते, तसेच टोपी घालणाऱ्यात आत्मविश्वासही निर्माण करते. ही टोपी घातल्यानंतर अनेकांनी दुसऱ्यांची गुलामी आणि नोकरी सोडून आपले स्वतःचे असे एक वेगळे अस्तित्व निर्माण केले आहे. ही टोपी घातल्यानंतर लोकांना आर्थिक स्वातंत्र्य मिळते तसेच त्यांचे कुटुंब सुखी आणि संपन्न होते.

कोणताही व्यवसाय चालू ठेवण्यासाठी रॉ मटेरिअलची नितांत आवश्यकता असते. तसेच जगातील सर्वात मोठ्या व्यवसायापैकी एक असलेल्या नेटवर्क मार्केटिंगलाही कच्च्या मालाची आवश्यकता असते. नेटवर्क मार्केटिंगचा भारतातील कच्चा माल म्हणजे लोकसंख्या जगात दुसऱ्या क्रमांकावर आहे. या भूमीवर माणूस आहे, तोपर्यंत इथे हा व्यवसाय चालू शकतो. आता भारतामध्ये नेटवर्क मार्केटिंगचे भवितव्य काय आहे, याचा तुम्हीही विचार करू शकता?

- किशोर अहिरे, नाशिक (सटाना), महाराष्ट्र

★ प्रश्न : तुम्ही स्वतः या व्यवसायाशी संबंधित नसतानाही हा व्यवसाय चांगला किंवा वाईट असल्याचे कसे काय सांगू शकता? तसेच हा बिझनेस जॉइन करण्याविषयी दुसऱ्यांना कसे काय सांगू शकता?

उत्तर : होय, मी या नेटवर्क मार्केटिंग व्यवसायाशी संबंधित नाही, हे तुमचे म्हणणे रास्त आहे. पण या व्यवसायाबाबत मी फक्त एकाच नाही तर अनेक नेटवर्क मार्केटिंग कंपन्यांचा इतका आभ्यास केला आहे, त्याचे इतके संशोधन

केले आहे, की त्यामुळे मी या व्यवसायाबाबत माझे मत निपक्षपातीपणे मांडू शकतो. एखादा नेटवर्कर फक्त आपल्या कंपनीबाबतच सांगू शकतो. पण मी मात्र नेटवर्क मार्केटिंग बिझनेस जाइन केल्यावर काय काय फायदे होऊ शकतात, ते सांगू शकतो. या व्यवसायातून तुम्ही फक्त पैसाच नाही, तर इतरही बरेच काही सहजगत्या मिळवू शकता.

तुम्ही नेटवर्क मार्केटिंग बिझनेसमध्ये असाल आणि तो करण्यात तुम्हाला अडचणी येत असतील, तर घाबरू नका. अडचणी कोणत्याही व्यवसायात येत असतात,मग तो कितीही सोपा व्यवसाय असला तरीही. हे नेहमी लक्षात ठेवा. त्यामुळे हा व्यवसाय विचारपूर्वक करा. तुम्हाला नक्कीच यश मिळेल.

- जानू भाई, बडोदरा

☆ प्रश्न : तुम्ही या व्यवसायाची इतकी स्तुती करता; हा अतिशय चांगला आणि फायदेशीर व्यवसाय असल्याचे सांगता तर मग जगातील प्रत्येक व्यक्ती हाच व्यवसाय का करीत नाही?

उत्तर : आय.ए.एस; आय.पी.एस; एम.बी.ए, चार्टेड अकांउंटसी, इंजिनिअरिंग, मेडिकल इ. चे शिक्षण घेतल्यामुळे व्यक्तीला समाजात मान आणि धन अशा दोन्ही गोष्टी मिळतात. तरीही प्रत्येक जण याच क्षेत्रात का जात नाही? तसेच या क्षेत्रात प्रत्येकाला यश का मिळत नाही? त्याचप्रमाणे या व्यवसायातही प्रत्येकाला यश मिळत नाही. तसेच हा व्यवसायही प्रत्येकासाठी नाही. कारण? या

व्यवसायासाठी सकारात्मक विचार, ठाम इच्छा शक्ती, कामाशी एकनिष्ठता, कठोर परिश्रम, काही नवीन आणि वेगळे करून दाखविण्याची इच्छा तसेच आपली स्वप्न साकार करण्यासाठी सातत्यपूर्ण प्रयत्न करण्याची आवश्यकता असते. या सर्व गोष्टी काही प्रत्येकात असत नाहीत.

या व्यवसायात यश मिळविण्याचा सर्वात सोपा मार्ग असा आहे, की तुम्ही तुमच्या टिमबाबत नेहमी चांगला विचार करा. तुमच्या टिमला योग्य आणि चांगले शिक्षण द्या. चांगल्या मार्गदर्शकाकडून मार्गदर्शन मिळवून द्या.

- अक्षय कुमार नायक, (राउरकेला)

★ प्रश्न : नेटवर्क मार्केटिंग बिझनेस जॉइन करणाऱ्याला नेहमी असे सांगितले जाते की त्यांच्या बिझनेस व्हॅल्यूमच्या हिशोबानुसार जीवनभर तुम्हाला कमिशन मिळत राहणार. तुमच्या नंतर तुमच्या नॉमिनीलाही हे कमिशन मिळत राहणार. कंपनी नक्की असेच करणार याची काय खात्री आहे? तसेच समजा कंपनीने अशा प्रकारे आपल्याला कमिशन पाठविले नाही, तर आपण काय करू शकतो? याची मला माहिती हवी आहे.

उत्तर : सर्वात महत्त्वाची एक गोष्ट तुम्ही समजून घ्यायला हवी, की नेटवर्क मार्केटिंग करणारे नेट वर्कस म्हणजे कंपनीच्या पाठीचा कणा असतात. त्यांच्या माध्यमातूनच कंपनी आपली उत्पादने घरोघरी पोहचवित असते. कंपनीच्या उत्पादनाची विक्री होते तेव्हाच कंपनी कमिशन देते. जो नेट वर्कर अधिक मेहनत करीत असतो, त्यालाच जास्त कमिशन मिळत असते. ज्या वितरकाची टिम चांगले काम करीत असेल, त्याला तर कंपनी अतिशय आनंदाने कमिशन देते. अशा

वितरकाच्या मृत्यूनंतर त्याच्या नॉमिनीला कंपनीच्या वतीने देण्यात येणाऱ्या कमिशनचा प्रश्न येतो तेव्हा कंपनीने असे केले नाही, तर त्यामुळे कंपनीच्या सर्व डिस्ट्रिब्युटर्सना चुकीचा संदेश मिळेल आणि ते आपले काम करणे थांबवतील. त्यामुळे कपनीचा चक्का जाम होईल आणि एका बारीकशा चुकीमुळे अनेक वर्षांची मेहनत पाण्यात जाईल. कोणतीही कंपनी अशी रिस्क घेईल का? नक्कीच नाही ! त्यामुळे तुमच्या मनातून ही शंका काढून टाका. चांगल्या कंपन्या अशा प्रकारे दुष्कृत्य करीत नाहीत. तुम्ही अतिशय विश्वासाने आपल्या मार्गावर पुढे जात रहा.

तुम्ही तुमच्या ध्येयापर्यंत पोहचू शकत नाहीत,
ही तुमच्या जीवनातीली दुःखद बाब नाही.
तुमच्या जीवनात ज्यापर्यंत तुम्हाला पोहचायचे आहे,
असे काहीच ध्येय असत नाही, ही सर्वात दुःखाची गोष्ट आहे.
- मनिंन्दर पाल सिंग, (नाभा, पंजाब)

✰ प्रश्न : नेटवर्क मार्केटिंगमध्ये खूप पैसा आहे, हे तुमचे म्हणणे मान्य केले तरीही पैसाच सर्व काही असत नाही. पैशाने आपण सर्व काही विकत घेऊ शकत नाही. म्हणजे सुख, शांती काही पैशाने विकत घेता येत नाही.

उत्तर : हा प्रश्न थोडा गुंतागुंतीचा आहे, पण तसा खूप चांगला आहे. पैशाने सर्व काही विकत घेता येत नाही, असे म्हणताना आपण अनेक लोकांना ऐकत असतो. पण पैशाने बरेच काही विकत घेता येत असते. सुख आणि शांतता या काही पैशाने विकत घेता येणाऱ्या वस्तू नाहीत. तसेच या वस्तू काही बाजारात मिळत नाहीत. सुख-शांतीचा संबंध आपल्या मनाशी आहे. तुमचे मन आनंदी आहे. तुम्ही चिंतामुक्त आहात. तुमच्या समोर तोंड वासून एकही समस्या उभी नाही. तुमच्यावर अवलंबून असलेले सर्वजण सुखी आहेत. त्यांच्या सर्व गरजा

कोणत्याही टेन्शनशिवाय वेळेवर भागविल्या जात असतील, तसेच ऐनवेळी निर्माण होणारी एखादी समस्या सोडविण्यासाठी तुम्ही सक्षम असाल, तर मग तुमच्या मनाला दुःखी होण्याचे कारणच काय आहे? ते कशासाठी अशांत राहील? वरील सर्व गरजा तुम्ही पैशाने पूर्ण करू शकता. नेटवर्क मार्केटिंग व्यवसायातून तुमच्या परिश्रमानुसार भरपूर प्रमाणात तसेच तुमच्या अपेक्षापेक्षा जास्त धन मिळवून देत असेल, तर मग काय अडचण आहे? यावरून हीच गोष्ट स्पष्ट होते, की माणसाला मिळणाऱ्या सुख सुविधामध्ये पैशांची भूमिका अतिशय महत्त्वाची असून तुम्ही हे सत्य नाकारू शकत नाहीत. त्यामुळे पैशाने सुख शांती विकत घेता येऊ शकत नाही, असे म्हणणे बरोबर नाही. पैशाच्या सहाय्याने सुखाची साधने शंभर टक्के जमा केली जाऊ शकतात आणि शांतता ही सुखामुळे निर्माण होणारी मनातील भावना आहे. त्यामुळे.तिच्या मुळाशीही धन संपत्ती असल्याचे सिद्ध होते. होय, पाप कर्मामुळे मनात निर्माण होणारी अशांतता मात्र पैशामुळे दूर केली जाऊ शकत नाही. तो अध्यात्मिक विषय आहे आणि अशा प्रकारच्या पापाचे निवारण प्रायश्चित केल्याने होते, धनामुळे नाही.

आज सर्वत्र आढळून येणारी गळेकापू स्पर्धा आणि भौतिक युगात धनाचे महत्त्व नाकारले जाऊ शकत नाही. ही गोष्ट पक्की लक्षात ठेवा.

तुमच्यापेक्षा लहान असणाऱ्यांना, तुमच्याकडे काम करणाऱ्यांना किंवा तुमचा आदर करणाऱ्यांना तुम्ही तुमच्यात सामील करून घेतले, तर त्यात काही फारसे महत्त्वाचे नाही. तुमचा व्यवसाय वाढविण्यासाठी तुम्हाला तुमच्यापेक्षा वरच्या पदावर असणाऱ्यांना आणि तुमच्या बरोबरीचे असणाऱ्यांना. तुम्ही सामील करून घ्यायला हवे.

- अरूण सुराना

★ प्रश्न : खालचे लोक वरच्यासाठी काम करीत असतात, त्यामुळे खालच्या लोकांनी काम करावे यासाठी वरचे लोक दबाव टाकीत असतात. म्हणजे खालचे लोक मेहनत करतात आणि फायदा मात्र वरच्या लोकांना मिळतो. थोडक्यात सांगायचे तर अशा प्रकारे कंपनीचा मालकच जास्त श्रीमंत होत असतो. हे खरे नाही का?

उत्तर : नाही, असे काहीही नाही. हा फक्त एक गैरसमज आहे. नेटवर्क मार्केटिंग सिस्टिम योग्य प्रकारे समजून न घेतल्यामुळे हा गैरसमज निर्माण होतो. आपण दुसऱ्या कुणासाठी तरी काम करीत असतो, हा गैरसमज तुम्ही तुमच्या मनातून काढून टाका. या व्यवसायात प्रवेश करण्यासाठी ज्या क्षणी तुम्ही ॲग्रिमेंट पेपरवर स्वाक्षरी करता, त्याच क्षणापासून तुम्ही तुमचा स्वतःचा व्यवसाय सुरू करीत असता. तुम्ही स्वतःच तुमचे बॉस असता आणि तुम्हीच तुमचे कर्मचारीही असता. तुमच्यापेक्षा मोठा कोणीही तुमचा सुपेरिअर असत नाही. ज्याने तुम्हाला स्पॉन्सर केले आहे, तो किंवा कंपनीची मॅनेजमेंट कुणीही नाही.तुम्हाला कोणीही आदेश देत नाही. सल्ला आणि मदत देऊ शकतात, देत असतात.

तुमचा स्पॉन्सर तुम्हाला सल्ला देत असेल आणि बिझनेस वाढविण्यासाठी तुम्हाला प्रोत्साहित करीत असेल, तर तो फक्त त्याच्याच भल्याचा विचार करीत नसतो. त्यामध्ये तुमचेही भले असते. तो तुमचा बॉस आहे, असे तुम्ही का समजता? तुम्ही तसे समजत असाल, तर ती तुमची चूक आहे. तो तुमचा बिझनेस पार्टनर आहे. तुमच्यावर दबाव टाकण्यात त्याचा आणि तुमचाही फायदा आहे.

या विचारातून बाहेर पडा, असा माझा तुम्हाला सल्ला आहे. नेटवर्क मार्केटिंगमध्ये कोणी नोकर असत नाही की कोणी मालक असत नाही. सर्व जण आपापला व्यवसाय करीत असतात.

तुम्हाला यशस्वी व्हायचे असेल,
तर यशस्वी लोकांसोबत रहायला आणि
त्यांचे गुण शिकायला सुरूवात करा.
- राजू डोन्डा (भावनगर, गुजराथ)

स्वप्ने पूर्ण होत नाहीत, असे कोण म्हणते? फक्त तुमच्याकडे योग्य मार्ग आणि योग्य विचार असायला हवेत. नेटवर्क मार्केटिंग बिझनेस स्वीकारून मी माझे प्रत्येक स्वप्न पूर्ण केले आहे.
- टी. पी. एस. बेदी. (दिल्ली)

★ प्रश्न : योग्य कंपनीची निवड कशी करावी?

उत्तर : मल्टीलेव्हल मार्केटिंगमध्ये योग्य कंपनीची निवड करण्यासाठी चार मुख्य विषयांवर लक्ष देणे आवश्यक आहे. -

प्रॉडक्ट्स

प्रोफाइल

प्लॅन

प्रोग्रॅम्स

प्रॉडक्ट्स : कंपनीची उत्पादने काय आहेत आणि ती किती चांगली आहेत, ते पाहा. कंपनीची उत्पादने इतकी चांगली आणि इतकी दर्जेदार असायला हवीत, की ती खरेदी करण्याशिवाय लोकांसमोर पर्याय नसावा. तसेच त्यांची गुणवत्ता इतकी चांगली असायला हवी, की विकत घेणाऱ्याला आपल्या पैशांचा पूर्ण मोबदला मिळाला, असे वाटायला हवे. आपली फसवणूक झाली, असे वाटता कामा नये.

प्रोफाईल : कंपनीच्या प्रोफाईलबद्दल चांगल्या प्रकारे माहिती मिळविणे खूप आवश्यक आहे. कंपनीचे प्रमोटर कोण आहेत आणि त्याचा दृष्टिकोन काय आहे, ते पहा. कंपनीची आर्थिक स्थिती काय आहे आणि कंपनी किती वर्षांपासून सुरू आहे. कारण बहुतेक कंपन्या एक- दोन वर्षांतच बंद होतात. त्यामुळे सुस्थितीत असलेल्या एखाद्या कंपनीची निवड करा.

प्लॅन : कंपनीचा मार्केटिंग प्लॅन काय आहे? त्यामध्ये किती इनव्हेस्टमेंट कीेल

जाते. नेटवर्करला त्याच्या किमतीचा पूर्ण फायदा मिळतो की नाही? कंपनीत आधी येणाऱ्याला जितका स्कोप आहे तितकाच नंतर येणाऱ्याला आहे की नाही? या ठिकाणी प्रत्येक व्यक्ती समान स्वरूपात काम करू शकते की नाही? इ.

प्रोग्राम्स : इथे प्रोग्राम म्हणजे मिटिंग्ज, फंक्शन, सेमिनार्स आणि एज्युकेशनल प्रोग्राम असा त्याचा अर्थ आहे. कंपनीची एज्युकेशनल सिस्टिम काय आहे, ते पहा. कंपनी आपल्या नेटवर्कससाठी एज्युकेशनल प्रोग्राम आय़ोजित करते की नाही? कंपनी आपल्या नेटवर्कर्सच्या आत्मविकासासाठी पुस्तके, कॅसेट असे साहित्य उपलब्ध करून देते की नाही?

तसेच वेळोवेळी चांगल्या प्रशिक्षकांना बोलावून आपल्या सर्व वितरकांचा व्यक्तिमत्त्व विकास करण्यासाठी प्रयत्न करते की नाही?

वरील चार मुद्यांच्या बाबतीत कंपनी तुम्हाला योग्य वाटत असेल, तर अशा प्रकारच्या कंपनीची निवड केल्यावर तुम्हाला पश्चाताप करावा लागणार नाही.

तुम्ही स्वतःसाठी काम करता किंवा
दुसऱ्या कोणासाठी काम करीत असता तेव्हा तुम्ही
श्रीमंत होऊ शकत नाहीत. जास्तीत जास्त लोक तुमच्यासाठी
काम करीत असतात, तेव्हाच तुम्ही श्रीमंत होता.
- ओम प्रकाश वर्मा (रोहिणी, दिल्ली)

☆ प्रश्न : मला नेटवर्क मार्केटिंगमध्ये सामील व्हायचे आहे, सुरूवात कोठून करू?

उत्तर : सर्वात आधी नेटवर्क मार्केटिंगच्या माध्यामातून आपला बिझनेस करणाऱ्या एखाद्या चांगल्या नेटवर्क मार्केटिंग कंपनीची निवड करा. त्यासाठी त्या कंपनीची आर्थिक स्थिती कशी आहे, ते पाहा. कंपनीचे संचालक कोण आहेत? कंपनी तुमच्याकडून काय घेत आहे आणि त्या बदल्यात तुम्हाला काय देत आहे? कंपनीची उत्पादने काय काय आहेत? कंपनीची उत्पादने खरेदी करून तुम्ही स्वतःचीच

फसवणूक केल्यासारखे तर तुम्हाला वाटत नाही ना? ही उत्पादने लोकांच्या गरजेची आहेत की नाहीत? लोकांच्या दैंनंदिन जीवनात उपयोगी पडतील अशाच प्रकारची कंपनीची उत्पादने असायला हवीत. त्याशिवाय कंपनीच्या प्रवेश शुल्काकडेही लक्ष द्या. ते खूप जास्त तर नाही ना? तेवढ्या किमतीचे सामान कंपनी तुम्हाला देत आहे की नाही? सदर कंपनीचे व्यवस्थापन योग्य आहे ना? कंपनीचे सेल सेंटर तुमच्या निवासस्थानापासून फार दूर तर नाही ना? तसेच कंपनीची सर्व उत्पादने सेल सेंटरवर उपलब्ध आहेत की नाहीत, याकडेही लक्ष द्या. य बिझनेसच्या बरोबरीन कंपनी पर्सनॅलिटी डेव्हलपमेंट प्रोग्राम आणि एज्युकेशनल प्रोग्रामही आयोजित करते की नाही? सर्व काही योग्य वाटत असेल, तर तुम्ही तुमची टूल कीट म्हणजे प्रेझेंटेशन फाइल, प्रिंन्टेड मटेरिअल, ऑडिओ कॅसेटस, व्हीसीडी आणि नेटवर्क मार्केटिंगशी संबंधित सर्व पुस्तकांचा सेट तयार करा. त्याचबरोबर या व्यवसायाची पूर्ण माहितीही मिळवा. म्हणजे दुसऱ्याला याबाबत तुम्ही चांगल्या प्रकारे समजावून सांगू शकाल.

या बिझनेसचा अभ्यास करण्यासाठी पुस्तके तुम्हाला अतिशय योग्य प्रकारे मार्गदर्शन करतात. ऑडियो कॅसेटस तुमचा आत्मविश्वास वाढवितात.

तुम्ही तुमच्या संस्थेच्या सर्व बैठका, फंक्शन आणि एज्युकेशनल क्लासेस नियमित स्वरूपात घ्यायला हवेत. अशी सर्व तयारी केल्यानंतरच तुम्ही बिझनेस सुरू करा.

क्मीत कमी भांडवलाची गुंतवणूक
करून या जगात जर कोणता व्यवसाय केला जाऊ शकत असेल,
तर तो आहे नेटवर्क मार्केटिंग बिझनेस
- सुदर्शन पात्रा (ओरिसा)

तुम्हाला दुसऱ्याच क्षणी यश मिळण्याची शक्यता असू शकते, त्यामुळे तुमचे प्रयत्न सरू ठेवा. - सुनहरी लाल (आग्रा, उत्तर प्रदेश)

★ प्रश्न : नेटवर्क मार्केटिंगविषयी चर्चा सुरू असताना काही लोक असे का म्हणतात की हे सर्व बेकार आहे, चिटिंग आहे फसविण्याचा धंदा आहे?

उत्तर : नेटवर्क मार्केटिंगबाबत पहिल्यांदा मला माहिती मिळाली तेव्हा माझ्या मनातही याबाबत काही चुकीचे समज निर्माण झाले होते. लोकांना फसविण्याची ही एखादी स्कीम असावी, असे मला वाटत होते. जितके व्याख्याते आले त्या सर्वांचे म्हणणे मी ऐकत गेलो. तेव्हाच मला नेटवर्क मार्केटिंगबाबत योग्य माहिती कळाली. अर्थात या नेत्यांनी सांगितलेल्या गोष्टींचा मात्र माझ्यावर काहीही परिणाम झाला नाही. कारण सर्वजण फक्त एकच गोष्ट सांगत होते, की मी इतके कमावले आणि मी इतकी कमाई केली. ते लोकांना काय सांगण्याचा प्रयत्न करीत आहेत, हेच मला कळत नव्हते. ते सर्व जण बिझनेसबाबत बोलत असल्याचे मला कळले तेव्हा तर माझे डोके उठले. कारण त्याच्या आधीही माझ्या डोक्यात अनेक प्रकारच्या बिझनेसचे विचार घोळत होते आणि मी त्यावर अभ्यास करीत होतो. तरीही मी या बिझनेसबाबत जाणून घेण्यात रस दाखविला. तेव्हा मला एक गोष्ट कळली की नेटवर्क मार्केटिंग म्हणजे एखाद्या जाळ्याप्रमाणे हातात हात घालून काम करणे. त्यामध्ये परस्परांबद्दल प्रेम आणि सदभावना असते. याच एका शब्दाने मला खूप प्रभावित केले आणि या बिझनेसबाबत जास्तीत जास्त माहीत करून घेण्यासाठी मी अभ्यास करायला सुरूवात केली. त्यामुळेच आज मी अतिशय खात्रीने सांगू

शकतो, की सर्व जगात यासारखा सोपा आणि सुंदर दुसरा व्यवसाय नाही. यामध्ये फ्रॉड किंवा चिटिंग करण्यासारखे काही नाही.

अर्थात भूछत्राप्रमाणे जागोजागी उगवलेल्या पिरॅमिडपासून मात्र आपण दूर रहायला हवे.

'नोकर नाही, मालक व्हायचे आहे,' माझे हे स्वप्न नेटवर्क मार्केटिंगने पूर्ण केले आहे. आज मी प्रत्येक दृष्टीने सुखी, समाधानी आणि आनंदी आहे.
- डॉ. अनुजकुमार सौरोत (दिल्ली)

✯ प्रश्न : पिरॅमिड म्हणजे तुम्हाला काय म्हणायचे आहे?

उत्तर : मला त्या फसव्या नेटवर्क मार्केटिंग कंपन्याबाबत सांगायचे आहे. ज्यांचे काहीच अस्तित्त्व नसते. अशाच कंपन्या या व्यवसायाला बदनाम करीत आहेत आणि करवीतही आहेत. या कंपन्या बेकायदेशीर पिरॅमिडसारख्या आहेत. यांची नावेही खूप आकर्षक असतात. जसे 'हॅप्पी लाइफ', 'गोल्ड माइन', 'मनी मंत्र' अशी किवा याच्याशी मिळती जुळती असतात. या कंपन्या कोणतेही उत्पादन विकत नाहीत. फक्त पैशांच्या बळावर एक साखळी तयार केली जाते. यामध्ये कमिशनची इतकी मोठी लालूच दाखविली जाते, की माणसाला दुसऱ्या कशाचा विचार करायला संधीच मिळत नाही. त्याला दोन मिनिटात स्वप्नांचे जग दाखवून इंग्डलड - अमेरिकेत फिरवून आणले जाते. त्यामुळे मग कोणतीही चौकशी न करता काही माणसे अशा साखळीचा एक भाग होतात. आपल्या खाली त्यांनी जास्तीत जास्त सदस्य नोंदवावेत यासाठी त्यांच्यावर दबाव आणला जातो. त्यामुळे लवकरात लवकर मोठे कमिशन मिळण्याचे आकर्षण असते. पैसाच्या लालचीमुळे मग ही व्यक्ती आपले नातेवाईक, ओळखीचे, मित्र यांना तशीच लालूच दाखवून फसवितो. अशा कंपन्या 'गिफ्ट ड्राफ्ट' कमिशन म्हणून पाठवितात. अशा प्रकारे

एका नंतर दुसरा आणि दुसऱ्या नंतर तिसरा अशी अनेक माणसे या फसव्या साखळीत गुंतत जातात.

नंतर मग एक दिवस असा येतो, की कंपनीच्या वतीने सुरू असलेल्या सर्व प्रतिक्रिया थांबतात. मग गिफ्ट ड्राफ्ट येत नाही, की विचारलेल्या दुसऱ्या कोणत्याही प्रश्नाचे उत्तर किवा शंका समाधान मिळत नाही. खरं तर एक मोठी रक्कम जमा करून अशा कंपन्याचे संचालक गायब होत असतात. मग त्यांच्याशी संबंधित असलेल्या सर्वांवर हात चोळत राहण्याची वेळ येते. साधारणपणे अशा बाबतीत कोणीही अशा कंपन्याविरूद्ध पोलीस ठाण्यात तक्रार दाखल करीत नाहीत. कारण एक तर तक्रारदार स्वतःच त्या व्यवस्थेचा एक भाग असतो. शिवाय ही रक्कमही फारशी मोठी नसते, की त्याविरूद्ध काही कायदेशीर कारवाई केली जावी. दुसऱ्या बाजूला अशा फसव्या कंपन्यांचे संचालक मात्र करोडोच्या घरात जाणारी मोठी रक्कम घेऊन पसार होतात.

म्हणूनच अशा फसव्या पिरॅमिडपासून आपण दूर रहायला हवे. आधी सांगितल्याप्रमाणे तुम्हाला ज्या कंपनीशी जोडून घ्यायचे आहे त्या कंपनीबाबत चांगली चौकशी करा. तिचे प्रॉडक्ट पहा. तिचे कार्यालय पाहा. सेंटर्स पहा. आधी २० रूपये भरून सदस्य व्हा आणि मग जास्तीत जास्त मेंबर बनवा आणि ४० टक्के कमिशन मिळवा. अशा प्रकारचा खेळ या कंपन्या खेळतात. इतकेच नाही, तर तुमच्या नंतर जितके सदस्य होतील, त्या प्रत्येकाकडून तुम्हाला २० टक्के मिळत राहतील. अशा वेळी तुम्ही असा विचार करता की मी जितके सदस्य बनविले त्याच्या तुलनेत मला एक हजार रूपयाचां गिफ्ट ड्राप्ट मिळेल. तीन सदस्य बनविले की मी गुंतवलेली माझी रक्कम मला परत मिळेल. मग आयुष्यभर ही प्रक्रिया सुरूच राहील. कारण माझ्या टिममध्ये सतत नवीन सदस्य जोडले जातील. म्हणूनच अशा प्रकारच्या फसवेगिरीपासून दूर रहा. तुम्ही अशा संस्थेत

आपले ध्येय गाठण्यासाठी वेळेच्या सदुपयोगाबरोबरच आपले कर्तव्य पार पाडणेही आवश्यक असते.
- सय्यद अझीज अली (कटक, ओरिसा)

सहभागी होऊ नका की दुसऱ्या कोणाला सहभागी होऊ देऊ नका.

✯ प्रश्न : नेटवर्क मार्केटिंगचे सुरूवातीच्या काळातील निंमत्रण खूप गोपनीय ठेवले जातात. लोकांना पारदर्शक माहिती का दिली जात नाही? असे का केले जाते?

उत्तर : हे सर्व तुमच्या भल्यासाठीच केले जात असते. यामुळे तुम्ही उगीचच विचलित होऊ नका. खरं तर अशा प्रकारची गोपनियता राखणाऱ्यांना नेटवर्क मार्केटिंगबाबत अनेक प्रकारच्या अफवा पसरलेल्या असल्याचे माहीत असते. या आधी सांगितल्याप्रमाणे अनेक लोकांनी पिरॅमिड्स बनवून लोकांना फसविले असून पैसे घेऊन फरार झाले आहेत. त्यामुळे सध्या असलेले डिस्ट्रिब्युटर्स याबाबत गोपनियता पाळत असतात. आपल्या कंपनीचा जाहीर प्रचार आणि प्रसार केला, तर तुम्हीही त्यांना इतर कंपन्यासारखे फसवे समजन त्यांचे म्हणणे ऐकून घ्यायला नकार द्याल. त्यांना अतिशय शांततापूर्ण वातावरणात या व्यवसायाबाबतची सर्व माहिती स्पष्टपणे तुमच्यासमोर मांडायची असते. प्लॅन समजावून द्यायचे असतात.

एखाद्या व्यक्तीने चलता चलता तुम्हाला आपला प्लॅन किंवा योजना समजावून सांगितली तर तुम्ही ते समजू शकाल? तुमच्या मनात बऱ्यापैकी गोंधळ सुरू असताना तुम्हाला काही समजावून सांगण्याचा प्रयत्न केला, तर तुम्ही ते समजावून घेऊ शकाल? नक्कीच नाही. त्यामुळे तुम्हाला एखाद्या मिटिंगसाठी किंवा बैठकीसाठी बोलावून आपले म्हणणे समजावून सांगितले जाते. तुमच्याशी बोलून तुमची महत्त्वाकांक्षा काय आहे, तुम्ही त्यांच्यासाठी उपयुक्त आहात की नाहीत, ते वितरकांना जाणून घ्यायचे असते. त्यामुळे ते मिटिंगसाठी गर्दी जमवत नाहीत. त्यामुळेच तुम्ही आणि तुमच्यासारख्या इतर प्रगतीप्रिय लोकांना गोपनीय पद्धतीने

या व्यवसायात यश मिळविण्यासाठी
चुकूनही दुसऱ्याशी फसवेगिरी किंवा धोकेबाजी करू नये.
ही शिकवण तुमच्या टिमलाही द्यायला हवी.
- ए. पी. रतुडी (दिल्ली)

मिटिंग्जसाठी आमंत्रित केले जाते.

★ प्रश्न : आठवड्याला रोज तीन- चार तास काम करून चाळीस-पन्नास हजार रूपये मिळवू शकता, असे काही लोक आम्हाला सांगतात.

उत्तर : यात काहीच संशय नाही, की अनेक डिस्ट्रिब्युटर्स दरमहा ४०-५० हजार रूपये मिळवितात. काही तर महिन्याला लाखो रूपये कमावतात; पण ते आठवड्याला ते फक्त चार- पाच तासच काम करतात, असे अजिबात नसते. इतक्या कमी वेळात इतकी जास्त रक्कम मिळविण्याबद्दल सांगत असेल, अशी व्यक्ती विश्वास ठेवण्यास नक्कीच पात्र नसते. तुम्ही स्वतःच ही गोष्ट समजून घ्यायला हवी, की काहींही न शिकता,विचार पूर्वक थोडी मेहनत करून इतकी मोठी रक्कम कशी काय मिळवता येईल? तुम्हाला एका ठराविक काळासाठी विचारपूर्वक आणि परिश्रमाने आपले काम करायला हवे. नेटवर्क मार्केटिंग बिझनेसमधूनही तुम्ही इतकी मोठी रक्कम मिळवू शकता, पण त्यासाठी दोन-चार वर्षे कठोर परिश्रम करायला हवेत. सुरूवातीच्या काळात असे अजिबात होत नाही. आजच्या घडीला जे डिस्ट्रिब्युटर्स इतकी मोठी रक्कम कमावत आहेत, त्यांचा इतिहास आधी पाहा. तेव्हा तुम्हाल असे आढळून येईल, की आधी त्यांनी हा बिझनेस शिकला, त्यानंतर अतिशय विचारपूर्वक आणि निष्टेने त्यावर अमंलबजावणी केली. त्याचा परिणाम म्हणूनच त्यांना हे यश मिळाले आहे.

नोकरी न सोडता, व्यवसाय न बदलता ज्यामधून
खूप मोठ्या प्रमाणात पैसा मिळण्याची शक्यता आहे,
असे एखादे काम करण्याची संधी तुमच्यासमोर उपलब्ध असेल,
तर तुम्ही जराही वेळ न घालवता निर्णय घ्यायला हवा
आणि ते काम सुरू करायला हवे.

- विनोद कुमार दुबे (बडोदरा)

नेटवर्क मार्केटिंग बिझनेस हा असा एक मार्ग आहे, ज्यावर वाटचाल करून कोणीही व्यक्ती आपले जीवन सुधारू शकते तसेच आर्थिक स्वातंत्र्यही मिळवू शकते.
- संग्राम नायक (भूवनेश्वर)

☆ प्रश्न : नेटवर्क मार्केटिंगमध्ये आधी प्रवेश करणाऱ्या व्यक्तीला जास्त उत्पन्न मिळते आणि नंतर येणाऱ्याला कमी मिळते का?

उत्तर : हे तुम्हाला कोणी सांगितले, की आधी नेटवर्क मार्केटिंग जॉइन करणाऱ्याला जास्त इन्कम मिळते आणि नंतरच्याला कमी. ही गैरसमज आधी मनातून काढून टाका. या व्यवसायात आज घडीला असे अनेक डिस्ट्रिब्युटर्स आहेत, ज्यांनी खूप नंतर हा व्यवसाय जॉईन केला असूनही आपल्या परिश्रमाने आणि प्रयत्नांने ते आपल्या वरच्या लोकांच्या तुलनेत खूप पुढे निघून गेले आहेत. जास्त उत्पन्न मिळवून त्यांनी हे दाखवून दिले आहे, की सतत प्रयत्न आणि परिश्रमाच्या जोरावर आपल्या आधीच्या लोकांपेक्षाही जास्त कमवू शकतो.

मित्रहो, नेटवर्क मार्केटिंग म्हणजे काही साखळी पद्धत किंवा पिरॅमिड स्किम नाही. त्यामुळे आधी येणारा जास्त कमवू शकतो आणि नंतर येणारा कमी, असा तुम्ही कधीही विचार करू नका. नेटवर्क मार्केटिंगमध्ये तुम्ही तुमच्या स्पॉन्सररपेक्षा तसेच तुमच्या आधीच्या लोकांपेक्षाही जास्त कमवू शकता. त्यासाठी तुम्ही कंपनीच्या वतीने तयार करण्यात आलेल्या परफॉमन्स बोनस चार्टचा अभ्यास करायला हवा. त्यानंतरच सातत्यपूर्ण प्रयत्न, कठोर परिश्रम आणि निष्टेच्या बळावर सिस्टिम फॉलो केली, तर तुम्हीही तुमच्या आधीच्या लोकांपेक्षा जास्त कमाई करू शकता.

त्यामुळे एक गोष्ट लक्षात ठेवा, की तुम्हाला या व्यवसायाची माहिती देणाऱ्याला तुम्हाला किती रूपयाचा चेक मिळतो, असे चुकूनही विचारू नका. तुम्हाल किती रुपयांचा चेक मिळवायचा आहे, ते तुम्ही नक्की करा. त्या दृष्टिने मग प्रयत्न सुरू

करा. तुमचा दर्जा काय आहे, ते कोणालाही विचारू नका. या व्यवसायात तुमचा दर्जा काय असू शकतो, याचा विचार करा.

तुम्हाला जीवनात यशस्वी व्हायचे असेल, तर तुमचे एक नेटवर्क तयार करा. दुसऱ्यांच्या चुका शोधण्यापेक्षा तुम्ही आपल्यातील चुका आणि उणिवा शोधाव्यात आणि दुरूस्त कराव्यात.
- **ओमप्रकाश** (आग्रा, उ. प्र.)

★ प्रश्न : नेटवर्क मार्केटिंग बिझनेसची सुरूवात कोणत्या बिंदूपासून करावी?

उत्तर : सर्वात आधी तुम्ही तुमच्या ओळखीच्या माणसांची एक यादी तयार करा. एखाद्याशी फक्त नमस्कारापुरता संबंध असेल, तर त्याचाही तुमच्या यादीत समावेश करा. आता तुम्ही त्यांना भेट आणि त्यांनी तुमची योजना ऐकून घ्यावी यासाठी त्यांना तयार करा. तुमच्या वरिष्ठांसोबत त्यांची भेट घालून द्या. तुम्ही स्वतः त्यांना काहीही सांगू नका. कारण अजून तुम्हालाच या व्यवसायाबाबत फारशी माहिती नाही. त्यामुळे तुम्ही काळजीपूर्वक त्यांच्या प्रश्नांना उत्तरे देऊ शकणार नाहीत, की त्यांच्या शंकाचे योग्य प्रकारे समाधान करू शकणार नाहीत. हे काम तुमचे वरिष्ठ काळजीपूर्वक करू शकतील. तुमचे वरिष्ट त्या लोकांसमोर तुमचा बिझनेस प्लॅन कशा पद्धतीने मांडताहेत, याकडे बारकाईन लक्ष द्या. त्याची विचारपूर्वक मांडणी आणि अनुभव याच्या जोरावर काही लोक तरी नक्कीच तुमच्या योजनेबद्दल आस्था दाखवतील. तुमच्या नेटवर्कमध्ये समाविशष्ट होण्याची इच्छा व्यक्त करतील.

त्यानंतर मग तुम्ही स्वतःच पुढे जाल. तुमच्यानंतर येऊ पाहणाऱ्या लोकांना तुम्ही याबाबतची पुस्तके वाचायला आणि कॅसेट्स ऐकायला सतत प्रेरीत करू शकता.

जगप्रसिद्ध नटेवर्क प्रेरक **अँजी रॉस** यांच्या मतानुसार -

कागदावर काही नावे लिहिली जातात, तशीच मनातही ही प्रक्रिया सुरू होत जाते, की त्यांना आपल्या नेटवर्कमध्ये कशा प्रकारे सामावून घेता येईल?

तुम्ही तुमची यादी वाढवित रहा. तुमची यादी जितकी मोठी असेल, तितके तुमचे यश मोठे असते.

लिस्टशिवाय ज्या ज्या लोकांना तुम्ही भेटत असता त्या सर्वांना तुमच्या कंपनीची उत्पादने वापरण्यासाठी प्रेरीत करा आणि तुम्ही स्वतःही त्यांचा वापर करा.

प्रसिद्ध प्रेरक, लेखक आणि नेटवर्क मार्केटिंगचे यशस्वी प्रशिक्षक मिस्टर **डगलस वीड** यांच्या अनुसार -

तुमची यादी हे तुमच्यासाठी सर्वात मोठे हत्यार आहे. लोकांशी संपर्क साधण्याचे हे तयार साधन आहे. तुम्ही हे सतत तुमच्यासोबत ठेवू शकता. तुम्हाला तुमच्या वरिष्ठांची मदत घ्यायची असेल, तर त्यांच्यासोबत बसून तुम्ही तुमची यादी दुरूस्त करू शकता. तसेच तुमच्या वरिष्ठांना तुमची क्षमता आणि प्रभाव दाखवून देऊ शकता. चांगली यादी पाहून तुमचे वरिष्ट तुमच्यासोबत काम करायला तयार होतात.

आपल्या वेळेचा योग्य प्रकारे वापर करा. आज तुम्हाला काय आणि कसे करायचे आहे, याचे रोज प्लॅनिग करा. त्यानंतर तुमच्या नेटवर्कमध्ये सामील

होणाऱ्या प्रत्येकाला हे सर्व दाखवा आणि तसेच वागायला भाग पाडा.

लक्षात ठेवा -

- ❐ सुरूवातीला तुमच्या वरिष्ठांच्या मदतीनेच पुढे जाण्याचा विचार करा.
- ❐ अर्धवट माहितीच्या आधारे आपली योजना समजावून सांगण्यासाठी कुणासमोरही जाऊ नका.
- ❐ वेळेचा सदुपयोग करा.
- ❐ जास्तीत जास्त लोकांना भेटून तुमच्या यादीची लांबी वाढविण्यासाठी सतत प्रयत्न करा.

**धन-दौलत, जमिन-जायदाद, बँक बँलन्स,
कार यापेक्षाही जास्त संपन्नता तुम्हाला मिळवायची असेल,
तर तुम्हाला फक्त एकच व्यवसाय निवडावा लागेल.
तो आहे- नेटवर्क मार्केटिंग बिझनेस
- हर्ष मलिक** (दिल्ली)

☆ प्रश्न : मला चांगले बोलता येत नाही. तसेच माझे इंग्रजीचे उच्चारही चांगले नाहीत. अशा परिस्थितीत मी हा बिझनेस सुरू करू शकतो का?

उत्तर : चांगल्या प्रकारे बोलता येत नाही, ही काही खरी समस्या नाही. खरं तर प्रत्येक व्यक्तीत थोडी फार ही प्रवृत्ती असते. ज्याला प्रवाही बोलता येत नाही, अशा व्यक्तीला चार चौघांसमोर बोलायला सांगितले, तर तो बोलू शकणार नाही. असे सर्वांच्या बाबतीत होत असते. ही उणीव दूर करण्यासाठी तुम्ही प्रयत्न करा. त्यासाठी तुम्ही तुमच्या घरातील आरशासमोर उभे राहून स्वतःशी मोठ्याने बोलण्याचा सराव करा, असा माझा सल्ला आहे. आरशात दिसणारी व्यक्ती तुमची क्लाएंट असून त्याला तुमचा प्लॅन समजावून सांगायचा आहे. जराही न संकोचता तुमचा

प्लॅन तुम्ही त्याला समजावून सांगा. अशा प्रकारे सतत सराव केला, तर तुम्हाला असे आढळून येईल, की तुमच्यातील कमतरता दूर झाली असून तुमच्या फ्रेंड सर्कलमध्ये एक चांगली व्यक्ती म्हणून तुमचा उदय होतो.

इंग्रजी भाषेतील उच्चारांचा प्रश्न असेल, तर ही उणिवही सरावाने दूर करता येते. साधारण बोलण्या चालण्यातही जे लोक इंग्रजी शब्दांचा मोठ्या प्रमाणात वापर करतात, अशा लोकांपासून थोडा वेळ दूर रहा. इंग्रजी व्याकरणाचे एखादे चांगले पुस्तक खरेदी करून त्याचा अभ्यास करा. इंग्रजी शब्दांचे ज्ञान वाढविण्यासाठी इंग्रजी- हिंदी शब्दांची डिक्शनरीही तुम्हाला उपयुक्त ठरू शकते. अशा प्राकरे काही दिवस प्रयत्न केल्यानंतर तुमचे इंग्रजी शब्दांचे उच्चारच सुधारणार नाहीत, तर तुमचे इंग्रजीचे ज्ञानही चांगले विकसित होईल. अर्थात, तुम्हाला अजिबात इंग्रजी येत नसेल, तर सध्याच्या काळात ही काही फार मोठी समस्या नाही. कोणत्याही चांगल्या संस्थेत अवघ्या सहा महिन्यांचा कोर्स करून थोडी फार इंग्रजी बोलायला शिकू शकता.

अर्धवट माहितीच्या आधारे कोणालाही आपला बिझनेस प्लॅन समजावून सांगण्याचा प्रयत्न करू नका. हा बिझनेस पूर्णपणे शिकल्याशिवाय आपल्या मनानुसार काम करू नका.

- कृपाल सिंग नागरा (बटाला, पंजाब)

★ प्रश्न : माझे शिक्षण कमी आहे, मी हा बिझनेस करू शकतो का?

उत्तर : आपले शिक्षण कमी झाले आहे, याचे दुःख व्यक्त करू नका. नेटवर्क मार्केटिंगशी संबधित होण्याची संधी मिळाल्यामुळे तुम्ही शिक्षितही होऊ शकता, तसेच आपल्या व्यक्तिमत्त्वाचा विकास करू शकता. हा बिझनेस करीत असताना तुम्ही हे पूर्ण निष्ठेने करीत राहिलात, तर समजात तुम्ही आपले वेगळे स्थान निर्माण करू शकाल. एखाद्या सुक्षिशित व्यक्तीकडे असणारे सर्व गुण या व्यवसायात राहिल्यानंतर तुमच्यातही येतील. या बिझनेसमधील एज्युकेशन सिस्टिम इतकी

चांगली असते, की अगदी कमी शिकलेली व्यक्तीही हे काम करायला लागल्यावर तोही चांगल्या प्रकारे शिक्षित होतो आणि अतिशय चांगल्या पद्धतीने हा व्यवसाय करायला लागतो.

बी जमिनीत पेरले नाही, तर त्यापासून आपल्याला फळ मिळू शकत नाही. त्याचप्रमाणे परिश्रमाशिवाय फळ मिळावे, अशी तुमची अपेक्षा असेल, तर तसे होऊ शकत नाही.
- मीतेश पटेल (गुजरात)

★ प्रश्न : मला हा व्यवसाय करायचा आहे, पण माझ्याकडे अजिबात वेळ नाही. सकळी घरातून बाहेर पडतो आणि रात्री उशिरा परत येतो.

उत्तर : काम न करण्याचे किंवा एखादे काम टाळण्याचे यासारखे दुसरे चांगले कारण नाही. तुम्ही सोळा तास घराबाहेर राहतात, हे खरे असले तरीही तुम्ही काय सोळा तास काम करीत असता?

नाही, हे शक्य नाही. तुम्ही फक्त आठच तास काम करीत असता. ऑफिसला जाण्या येण्याच्या प्रवासासाठी तुम्हाला चार तास लागतात हे मी समजू शकतो. आता उरलेले चार तास तरी तुम्ही नक्की वाया घालवित असता, असे माझे ठाम मत आहे. योग्य प्रकारे टाईम मॅनेजमेंट न करणारे लोकच वेळ नसल्याचे कारण सांगत असतात. मोठ मोठे यश मिळविणाऱ्या मोठ मोठ्या लोकांकडेही तुमच्या प्रमाणेच फक्त चोवीस तासांचाच वेळ होता.निसर्ग संर्वांना साराखाच वेळ देत असतो. त्यात काही तो भेदभाव करीत नाही. जे लोक यशस्वी झाले आहेत, त्यांनाही तुमच्यासारखेच घर-द्वार आणि कुटुंब- परिवार होता. सर्व प्रकारच्या सामाजिक आणि कौटंबिक जबाबदाऱ्या पार पाडतच त्यांनी हे यश मिळविले आहे. मग तुम्हीच का वेळ नसल्याचे रडगाणे गाता? चार तास तुम्ही कुठे वाया

घालविता? उघडच आहे, मित्र मंडळीसोबत गप्पा मारण्यात वेळ घालविता किंवा काही शौक करण्यात घालविता. काही लोक असेही असतात ते अश्लिल एस एम एस पाठवितात. टीव्ही पाहतात. पत्ते खेळतात. चित्रपट पाहतात. नॉनव्हेज जोक ऐकतात आणि सांगतात.

मित्रहो, एखाद्यावेळी अचानकपणे तुमच्या घरी मित्र किंवा नातेवाईक येतात तेव्हा तुम्ही वेळ काढता की नाही? मुलाच्या वाढदिवसासाठी, लग्नाच्या वाढदिवसासाठी, एखाद्या विशेष नातेवाईकाच्या आगमनाच्या वेळी तुम्ही याच नसलेल्या वेळातून वेळ काढीत असता की नाही? त्यावेळी तर तुम्ही तुमची नोकरीही करता आणि प्रवासही करता. एखाद्या विशेष कार्यक्रमासाठी किंवा उत्सवासाठी तुम्ही हा वेळाचा ताळमेळ घालू शकता आणि त्यातून आवश्यक वेळ काढू शकता, तर मग या कामासाठी का काढू शकत नाहीत? दुसरी गोष्ट म्हणजे या कामासाठी तुम्हाला किती वेळ द्यायचा आहे? अगदी प्रामाणिकपणे रोजचे दोन तास जरी तुम्ही या व्यवसायासाठी दिले तरी कोणत्याही अडचणीशिवाय आणि तणावाशिवाय तुम्ही हे काम करू शकता.

तुमच्या काम करण्याच्या पद्धतीत तुम्ही थोडा बदल करा. ज्या कामासाठी खूप वेळ जातो आणि तुलनेत निष्पन्न काहीही होत नाही, त्या कामाला दूर करून त्याऐवजी नेटवर्क मार्केटिंगचे काम करा. परिश्रम आणि प्रयत्नांने ते स्थान मिळवा, जे आतापर्यंत लाखो लोकांनी मिळविले आहे तसेच ते संपन्नतेचे जीवन जगत आहेत.

लोकांचा बहुतेक वेळ नुसती ऐट दाखविण्यात, दुसऱ्यांची निंदा करण्यात, मोठ मोठ्या गप्पा मारण्यात किंवा शेंडा-बूड काहीही नसलेल्या योजनांची आखणी करण्यात जात असतो. काही तरी सार्थक करण्याऐवजी निरर्थक कामातच आपला वेळ घालवित असल्याचे आढळून आले आहे. तुम्हाला काही छंद नाही, मित्र मंडळीत तुम्ही गप्पा मारीत नाहीत तरीही तुमच्याकडे खरोखरच वेळ नसेल, तर ही

खरेच काळजी करण्यासारखी बाब आहे. तुमच्या वेळेचे योग्य प्रकारे नियोजन करा. दहा मिनिटांच्या कामासाठी एक तास लागण्याच्या पद्धतीने तुम्ही सर्व कामे करीत असाल, असे वाटते. एका तासाचे काम दहा मिनिटात करण्याचे धोरण स्वीकारणारे लोक आज काल यशस्वी होतात.

उदाहरणार्थ मी तुम्हाला सांगतो, एक व्यक्ती नव्यानेच दिल्लीत आली होती. त्याला चांदणी चौकातून दरिया गंज विभागात जायचे होते. हा फक्त दहा मिनिटे पायी जाण्याचा रस्ता आहे. पण पहिल्यांदा ही व्यक्ती ज्याच्या सोबत दरियागंजला गेली त्याने आधी त्याला बसथांब्यावर नेले. तेथून ठरंग रोडवरून जाता जाता गांधी समाधी आणि आंबेडकर रस्त्यावरून दरियागंजला नेले. पहिल्यांदाच दिल्लीला आलेली ही व्यक्ती पुढे किती तरी दिवस चांदणी चौकातून दरियागंजला जाण्यासाठी याच मार्गाचा वपार करीत होती. या मार्गाने जाण्यासाठी त्याला एक तास लागत असे. आता तुम्हीच विचार करा, की ती व्यक्ती काही आपला वेळ वाया घालवित नव्हती, की काही चुकीचे कामही करीत नव्हती. तो चांदणी चोकातून दरिया गंजला येणे जाणे करीत आहे, पण दूरच्या मार्गाने. या प्रवासासाठी त्याचे रोज १०० मिनिट वाया जात होतो. येण्यासाठी ५० मिनिट आणि जाण्यासाठी ५० मिनिट. कारण एकच त्याने योग्य रस्ता माहीत करून घेण्यासाठी प्रयत्नच केले नाहीत. एकादा एका मूर्खाने दाखविलेल्या त्याच मार्गावरून तो जात- येत राहिला.

तुम्हीही अशाच एखादया मार्गाने जात नाहीत ना, याचा शोध घ्या. तुम्ही नक्कीच अशा एखाद्या मार्गाने जात आहात, म्हणूनच तुमच्याकडे वेळ नाही. बंधु, आपल्या वेळेचा सदुपयोग करा. तुमचा अमूल वेळ अशा प्रकारे कोठे वाया जात नाही ना, हे पाहा. ज्या कामामुळे काही मिळत नाही आणि वेळही वाया जातो, असे काम सोडून द्या आणि अतिशय गांभियाने या बिझनेसचा स्वीकार करा. ज्यामधून तुम्हाला फारसे काहीही मिळाले नाही, अशा एखाद्या कामासाठी तुम्ही अर्धवेळ घालविला असेल, तर ते सोडून फक्त दोन वर्षे बिझनेस मार्केटिंगसाठी दोन तास वेळ काढा. दोन वर्षांनतर नक्कीच तुमचा कायाकल्प झाला असेल, असा माझा दावा आहे.

नेटवर्क मार्केटिंग बिझनेस हाच असा एकमेव
असा बिझनेस आहे, ज्याद्वारे तुम्ही आपली ओळख
निर्माण करू शकता आणि आर्थिक स्वातंत्र्य मिळवू शकता.
तुमच्याजवळ सकारात्मक आणि मोठी स्वप्ने असतील,
तर ती स्वप्ने पूर्ण करण्याचे सामर्थ्य
नेटवर्क मार्केटिंगमध्ये आहे.
- दीपाली आणि नीलेश पटरावाला (मुंबई)

★ प्रश्न : समाजात आम्हाला खूप मान आहे. आम्ही असे काम करायला लागलो, तर लोक काय म्हणतील? त्यामुळे समजात आम्हाला अपमान तर सहन करावा लागणार नाही?

उत्तर : तुमचा हा विचार अतिशय बालीशपणाचा आहे. तुम्ही काय एखादे समाजविघातक कार्य करीत आहात? फसवेगिरी करीत आहात, की जुगार खेळण्यासाठी एखाद्या कट्ट्यावर जाऊन बसला आहात? कशामुळे तुमची इज्जत जाईल? तुम्ही या कामाला लाहन दर्जाचे काम समजता? अमेरिकेचे राष्ट्रपती बुश यांचे माजी विशेष सहाय्यक डगलस वीड या व्यवसायाशी संबधित आहेत. ते फक्त एक यशस्वी लेखक आणि वक्तेच नाहीत, तर एक कुशल नेटवर्क निर्मातिही आहेत. त्या हुशार व्यक्तीचा सामाजिक दरारा कसा असेल, याचा विचार करा. तरीही त्यांनी आपले एक नेटवर्क तयार केले. 'नेटवर्क ट्वेंटी वन' या नावाने ते ओळखले जाते. कोणतेही काम लहान मोठे असत नाही की वाईट असत नाही, हे लक्षात ठेवा. फक्त ते बेकायदेशीर, अनैतिक आणि समाजविघातक नसावे.

इथे एक आणखी महत्त्वाची बाब आहे, जी तुम्ही स्पष्टपणे मांडू शकला नाहीत. ती मी सांगतो. तुमच्या डोक्यात प्रश्न असा आहे की, 'लोक काय म्हणतील?' तुम्हाला पैशांचा भूकेला म्हणतील की लालची म्हणतील? तुम्हाला

कशाची कमी होती म्हणून तुम्ही हा धंदा स्वीकारला? हा प्रश्न तुम्हाला सतावतोय.

तुमच्यासारखए दुसरे लोक कशाचीही कमी नसताना पैसे मिळविण्यासाठी नवनवीन तंत्राचा वापर करीत नाहीत का? आता खूप पैसे जमा झालेत म्हणून त्यांनी आपले व्यवसाय बंद केले आहेत का? आता आपण पुष्कळ कमावले आहे, आपल्याला आणखी कशाची आवश्यकता नाही, असा ते विचार करतात का? येणारी संपत्ती कोणाला वाईट वाटते का? खरी गोषट हीच आहे. धन आणि शक्तीला काहीच मर्यादा नसते. योग्य पद्धतीने आपल्या परिश्रमाने आणि निष्टेने तुम्ही संपत्ती कमावित असाल, तर त्यात गैर काय आहे? धंदा कोणताही असला म्हणून काय झाले? त्यामुळे मनात अशा शंका आणू नका.

धन येणे सर्वांना आवडते.येणारी संपत्ती कोणाला वाईट वाटत नाही. त्यामुळे ज्यामधून सतत पैशांचा ओघ वाहता राहील, अशाच प्रकारचे नेटवर्क निर्माण करण्याचा प्रयत्न करायला हवा.

–बी. आर. साहू, रायपूर

☆ प्रश्न : मी नेटवर्क मार्केटिंग बिझनेस करावा, यासाठी माझा एक मित्र वारंवार प्रयत्न करीत आहे. मला चांगली नोकरी असून माझे ठीक चालले आहे. अशा वेळी मी हा बिझनेस करायला हवा का? हो तर का?

उत्तर : तुमच्या भविष्याची काळजी करणारा आणि तुमचे भवितव्य उज्ज्वल असावे यासाठी प्रयत्न करणारा तुम्हाला मित्र मिळाला आहे म्हणून तुम्ही खरोखरच सुदैवी आहात. मित्रा, काळ बदलला आहे. काळासोबत तुम्हीही बदलायला हवे. जुन्या अर्थव्यवस्थेतील सिद्धांत आता निरूपयोगी झाले आहेत. नोकरीतील सुरक्षितता आता संपली आहे. आधीच्या तुलनेत लोक आता जास्त आणि कठोर परिश्रम करायला लागले आहेत. तरीही त्यांना आपल्या परिश्रमाचा योग्य मोबदला मिळताना दिसत नाही. दुसरीकडे खर्च खूप वाढला आहे. आपले लिव्हिंग स्टॅंडर्ड सांभाळणे

लोकाना अवघड होत चालले आहे. तसा मी तुम्हाला नोकरी सोडण्याचा सल्ला देत नाही. तुमच्या मित्रानेही तुम्हाला हा सल्ला दिला नसेल, याची मला खात्री आहे. नोकरी सोडून या व्यवसायाता येऊ नका, तर पार्टटाईम जॉब म्हणूनच हा व्यवसाय स्वीकारा. त्यासाठी तुमच्या विचार करण्याच्या पद्धतीत थोडा बदल करा. तुम्ही विचार करण्याची पद्धत बदलल्याशिवाय तुमची जीवनशैली बदलणार नाही. नेटवर्क मार्केटिंग बिझनेस तुमची विचार पद्धती बदलतो. तुम्हाला मार्गदर्शन करतो आणि जीवनात तुम्हाला यशाच्या मार्गावर वाटचाल करायला शिकवितो.

✯ प्रश्न : विचार बदलायला हवा, असे तुम्ही म्हणता. हे शक्य आहे? लहानपणापासून आपण जे विचार सोबत घेऊन जगत असतो. ज्याचा आपल्या जीवनावर आणि वातावरणावर खूप परिणाम झाला आहे, तो इतक्या सहजपणे बदलता येईल का?

उत्तर : तुमचे म्हणणे बरोबर आहे. हे काही इतके सोपे नाही. एका क्षणात विचारपद्धती बदलता येणे शक्य नाही. खरेच हे खूप अवघड काम आहे. त्यासाठी तुम्हाला चांगले जीवन जगण्याची पद्धत सांगू शकेल, तुमच्यात दडलेले गुण बाहेर काढू शकेल, तुमच्यात आत्मविश्वास जागृत करू शकेल आणि तुम्हाला यशस्वी बनवू शकेल अशा एका सच्च्या मार्गदर्शकाची आवश्यकता असते. नेटवर्क मार्केटिंग बिझनेसमध्ये हे अशक्य नाही. इथे तुम्हाला अनेक प्रशिक्षक आणि मार्गदर्शक असे मिळतील, की ते तुमची विचार पद्धती बदलून तुमचा व्यक्तिमत्त्व विकास करतील.

रिकाम्या वेळेत आपल्या व्यवसायाशी संबंधित पुस्तके वाचा. ऑडियो कॅसेट्स ऐका किंवा व्हिसीडी पहा. स्वतःला कधीही रिकामे बसू देऊ नका.

- हरप्रीत सिंग लक्की (पंजाब)

माझ्या टीममधील लोकांना मी जेव्हा जेव्हा या व्यवसायाशी संबंधित पुस्तके उपलब्ध करून दिली तेव्हा तेव्हा माझा बिझनेस आधीच्या तुलनेत खूप वाढला आहे तसेच त्यामुळे माझ्या टिमचा माझ्यावरील विश्‍वास आणि प्रेम अधिक वाढले आहे. त्यामुळे माझ्या टीममधील सर्व लीडर्सना मी हेच सांगतो, की तुम्ही आपापल्या टीमला जास्तीत जास्त प्रेरणादायी आणि या व्यवसायाशी संबंधित पुस्तके मिळवून द्या.

- डॉ. हनीफ (बेंगलोर)

★ प्रश्न : मीही अशा अनेक नेटवर्क मार्केटिंग करणाऱ्यांना भेटलो आहे, जे दुसऱ्यांना मिटिंग्ज, सेमिनार, फंक्शन आणि एज्युकेशनल प्रोग्रामला तिकिट काढून यायला सांगतात. त्याचबरोबर ऑडियो कॅसेटस्‌ ऐकायला आणि पुस्तके वाचायला सांगतात. पण त्यामुळे तर त्यांचा पैसा आणि वेळी दोन्हीही वाया जातो.

उत्तर : या व्यवसायात यशस्वी झालेली प्रत्येक व्यक्ती कोणाचे ना कोणाच्या ऑडियो कॅसेट ऐकून तसेच सेमिनार, फंक्शन, मिटिंग्ज आणि एज्युकेशनला प्रोग्रामला हजेरी लावल्यानंतरच झाला आहे. दुसरी महत्त्वाची बाब अशी आहे, की काही रेळा एखादी व्यक्ती अनेक प्रयत्न करूनही यशस्वी होत तेव्हा ती निराश होते. तेव्हा याच ऑडियो कॅसेटस, पुस्तके आणि एज्युकेसनल प्रोग्राम त्याला पुन्हा प्रेरीत करीत असतात. पुढे जाण्यासाठी मार्गदर्शन करीत असतात. त्यामुळे त्याच्यात पुन्हा उत्साह आणि आत्मविश्‍वास निर्माण होतो. तो पुन्हा प्रयत्न करायला लागतो आणि त्याला यश मिळते. त्यामुळे कॅसेट वगैरे खरेदी करण्यात आणि फंक्शन वगैरे अटेण्ड करण्यात तुमचा वेळ आणि पैसा वाया जात आहे, अशा तुम्ही कधीही विचार करू नका. उलट त्यातून तुम्हाला जे काही मिळते त्याची किमत खूप अधिक असल्याचा विचार करा. पहिली गोष्ट अशी की त्यामुळे

तुमचे व्यक्तिमत्त्व बहरते. तुमचा आत्मविश्वास वृद्धिंगत होतो. तुमचा विचार सकारात्मक होतो. त्यामुळे तुमची यशस्वी होण्याची शक्यता किती तरी पट अधिक होते.

> **तुम्ही स्वतःकडे वळून पाहिले, तर तुम्हाला असे आढळून येईल की, आधी समस्यांपासून दूर पळणारे आपणच होतो. समस्यांपासून दूर पळाले नसतो, तर आज आपण खूप यशस्वी झालो असतो.**
>
> \- विशाल दर्जी (बडोदरा)

☆ प्रश्न : नेटवर्क मार्केटिंगच्या मिटिंग्जमध्ये मी लोकांना आनंदाने नाचताना आणि टाळ्या वाजविताना पाहिले आहे. पाहणाऱ्यांना ते वेडे वाटावेत अशा प्रकारे ते लोक का वागत असतात?

उत्तर : हे पहा, अशा प्रकारचे वागणे एकदम स्वाभाविक असते आणि याचा संबंध मनाच्या प्रसन्नतेशी असतो. माणसाचे मन प्रसन्न असते, सर्व प्रकारच्या चिंतांपासून मुक्त असते तेव्हा आपल्या मनातील ही भावना तो अशाच प्रकारे व्यक्त करीत असतो. असे करणाऱ्यांनी नेटवर्क मार्केटिंग बिझनेसचा स्वीकार करून आपल्या सर्व प्रकारच्या चिंतांपासून मुक्तता मिळविली आहे. ते आर्थिकदृष्ट्या सक्षम होत चालले आहेत, त्यांना समोर आपले उज्ज्वल भवितव्य दिसत असते. अशा वेळी ते आनंद साजरा करणार नाहीत, तर कोण करेल?

त्या लोकांनी अशा प्रकारे वागण्यात काहीही दिखाऊपणा नसतो. ते सर्व वास्तविक असते. त्यांचे हास्य नैसर्गिक असते. जबरदस्ती करून तुम्ही कुणाला नाचवू शकत नाहीत. मनातून परेशान असलेली व्यक्ती नाचणे, गाणे तर सोडा साधे हासूही शकत नाही. आता दुसऱ्या लोकांनी त्यांना वेडे समजण्याचा प्रश्न येतो, तेव्हा दुसऱ्यांना काय वाटेल, याचा त्यांच्या प्रकृतीवर काय परिणाम होईल? आनंद लपविल्याने लपविता येत नाही. तुम्ही स्वतःही तुमच्या जीवनात हा अनुभव

घेतला असेल. आपल्याला झालेला आनंद व्यक्त करण्याची प्रत्येकाची एक पद्धत असते. नेटवर्क मार्केटिंगशी संबंधित लोक आर्थिक स्वातंत्र्य मिळाल्याने अशा आनंदाचे स्वामी होतात, की त्यांचा तो व्यक्त करण्याची पद्धतही सामुहिक असते. या लाइनमध्ये तुम्हीही पुढे जाल तेव्हा एके दिवशी तुमच्या ग्रुपसह असेच नाचत-गात असताना दिसाल.

या व्यवसायात यशस्वी होण्यासाठी रिकाम्या वेळी या व्यवसायाशी संबंधित पुस्तके वाचा, कॅसेट्स ऐका तसेच आपली कंपनी, उत्पादने, बिझनेस प्लान याविषयी जास्तीत जास्त माहिती मिळवा. तसेच स्वतःला आणि आपल्या टिमला नेहमी शिक्षण देत रहा.
- दीदार सिंग (पिंजौर, चंदीगढ)

☆ प्रश्न : या नेटवर्क मार्केटिंगमध्ये मिटिंग्ज, सेमिनार, फंक्शन्स, एज्युकेशनल प्रोग्राम्स अटेंड करण्यावर आणि कॅसेटस ऐकण्यावर इतका का भर दिला जातो?

उत्तर : ट्रेनिग प्रोग्राम (मिटिंग्ज, सेमिनार, फंक्शन, एज्युकेशनल प्रोग्राम) आणि ऑडियो कॅसेटस ऐकण्यावर यासाठी भर दिला जातो, की या व्यवसायात तुमच्यासोबत वेगवेगळ्या विचारांचे आणि सवयी असलेले ोलक असतात. सर्वांना एकत्रित येऊन एकाच पद्धतीने, एकाच दिशेने आणि एकच काम करायचे असते. हे काही सोपे नसते. मिटिंग्ज, सेमिनार, फंक्शन, एज्युकेशनल प्रोग्राम, ऑडिओ कॅसेटस आणि प्रेरणादायी पुस्तकेच त्यांना एकत्र येऊन एकत्र काम करायला शिकवितात. इथे प्रत्येकाची मानसिकता वेगवेगळी असते. तुम्ही आधी स्वतःला या सिस्टिममध्ये आणू शकलात, तरच तुम्ही इतरांना आणू शकाल. म्हणूनच या ट्रेनिंग प्रोग्राम

आणि ऑडियो कॅसेटद्वारे सर्वांना सिस्टिम आणि ॲक्टिव्ह लाइन ऑफ स्पॉन्सर्सना फॉलो करायला शिकविले जाते. त्यामुळे तुमच्यातील नेतृत्त्व गुण विकसित होत असतात. म्हणूनच या व्यवसायाला लीडरशीप डेव्हलपमेंट बिझनेसही म्हणतात.

एखाद्या सामान्य व्यक्तीला असमान्य बनविण्याचे सामर्थ्य नेटवर्क मार्केटिंग बिझनेसमध्ये आहे. एखाद्या व्यक्तीने किमान पाच वर्षे हा व्यवसाय मन लाऊन केला, तर ती व्यक्ती आपल्या पूर्ण जीवनात कठोर परिश्रम करूनही जे काही मिळवू शकली नसती, ते ती हा बिझनेस स्वीकारून मिळवू शकते आणि आपली सर्व स्वप्ने साकार करू शकते.
- काली किनकर जेना (कटक, ओरिसा)

★ प्रश्न : पण लीडरशीपचे गुण तर प्रत्येकात असत नाहीत?

उत्तर : मी याला खरे समजत नाही. माझ्या दृष्टीने प्रत्येकात लीडरशीप क्वालिटी असते. फक्त ती प्रत्येकात दडलेली असते. ती वरून दिसत नाही. तुम्ही ट्रेनिंग प्रोग्राम अटेंड करता, ऑडियो कॅसेट ऐकता तेव्हा हे नेतृत्त्व गुण आपोआप बाहेर येतात. त्यासाठी किमान २ ते ४ वर्षांचा कालावध लागतो. त्यामुळे जी व्यक्ती ही बिझनेस सिस्टिम फॉलो करीत मिटग्जि, सेमिनार, फंक्शन अटेंड करील तसेच याच्याशी संबंधित ऑडियो कॅसेटस् आणि पुस्तके वाचील त्याला या व्यवसायात नक्कीच यश मिळेल.

या व्यवसायात आलेली व्यक्ती फक्त आर्थिक स्वातंत्र्यच मिळवित नाही, तर नाव, मान-सन्मान, चांगले शिक्षण आणि योग्य पद्धतीने जीवन जगण्याची कलाही मिळविते.

- सुदर्शन मोहन्ती, (कटक, ओरिसा)

☆ प्रश्न : हा एक लीडरशीप डेव्हलपमेंट बिझनेस असल्याचे तुम्ही आताच म्हणालात; पण मला असेही अनेक लोक आहेत, जे खूप उच्च शिक्षित आहेत. त्यात काही डॉक्टर, इंजिनिअर, प्राध्यापक आणि व्यावसायिंकाचाही समावेश आहे. तरीही ते या व्यवसायात यशस्वी होऊ शकले नाहीत, याचे कारण काय आहे?

उत्तर : माझ्या मते त्यांनी या बिझनेसची सिस्टिम योग्य प्रकारे फॉलो केली नाही, हेच याचे कारण असू शकते. हे सर्व लोक आपापल्या क्षेत्रातील तज्ज्ञ नाहीत, असे मला म्हणायचे नाही. ते आपल्या विषयातील तज्ज्ञ असतील. ते एक यशस्वी डॉक्टर, इंजिनिअर, वकील किंवा प्राध्यापकही असतील; पण हा बिझनेस त्यांच्या व्यवसायापेक्षा पूर्णपणे वेगळा आहे. एखाद्या सर्जनला मी बूट शिवायला सांगितले, तर चांगले शिवू शकेल का? नाही ना? त्याचप्रमाणे मी एखाद्या मोच्याला एखाद्याचे फुटलेले डोके टाके मारून शिवायला सांगितले, तर टाके मारू शकणार नाही. कारण? मोची बूट शिवण्यात एक्सपर्ट आहे, तर सर्जन टाके मारण्यात. याचप्रमाणे नेटवर्क मार्केटिंगमध्ये यशस्वी होण्यासाठी याची सिस्टिम समजून घेणे आवश्यक आहे, नाही तर यश मिळणार नाही. ही गोष्ट समजावून सांगण्यासाठी मी तुम्हाला एक प्रश्न विचारतो, समजा माझ्या पायाचे हाड मोडले आहे आणि ते दुरूस्त करण्यासाठी मी एखाद्या टीव्ही मेकॅनिककडे गेलो तर तुम्ही मला काय म्हणाल? होय, तुम्ही मला वेडाच म्हणाल. त्याचप्रमाणे तुम्हाला या बिझनेसबाबत

माहिती मिळवायची असेल, तर या व्यवसायात यशस्वी झालेल्या लोकांकडूनच मिळवा. अशा विद्वानांपासून तुम्ही नेहमी दूर रहायला पाहिजे, ज्यांनी हा बिझनेस जॉइन तर केला होता, पण समजून मात्र कधीच घेतला नाही. तसेच सिस्टिम फॉलो करीत कधी ते समजून घेण्याचा प्रयत्न केला नाही. याच कारणामुळे ते या व्यवसायात अपयशी ठरले. कदाचित ते एखाद्या चुकीच्या योजनेत अडकलेले असल्यामुळेही त्यांच्या पदरी अपयश आले असेल आणि त्यामुळे हा बिझनेस योग्य नसल्याचे त्यांचे कायमस्वरूपी मत झाले असेल.

जगातील प्रत्येक व्यक्ती नेटवर्क मार्केटिंग बिझनेस करेल. जो करणार नाही तो पश्चाताप करेल.
- लाडू लाल बाफना, (मुंबई)

☆ प्रश्न : एखाद्या वर्षानंतर अनेक लोक हा व्यवसाय सोडून देत असल्याचे मी ऐकले आहे. हे खरे आहे का? हो, तर मग याचे कारण काय आहे?

उत्तर : होय, यामध्ये ब्ऱ्याच अंशी सत्यता आहे. सुरूवातीच्या वर्षांत सुमारे ५० टक्के लोक हा व्यवसाय सोडून देतात. याचे एक कारण असे, की सुरूवातीच्या काळात असणारा उत्साह आणि जोश त्यांच्यात नंतर असत नाही. हा उत्साह आणि जोश संपण्याचे एक कारण असे आहे, की मोजक्या शब्दात सांगायचे तर - विश्वासाची उणिव.

आता आपण हे कारण जाणून घेऊ.

हा बिझनेस लोकांच्या डोक्याला बिघडवून टाकतो, हे समजून घेण्याची उणीव. नेटवर्क मार्केटिंग हा एक वेगळ्या प्रकारचा बिझनेस असून त्याचे स्वरून अतिशय व्यापक आहे आणि त्याचा वेग प्रचंड आहे, ही गोष्ट ही माणसे समजूनच घेत नाहीत.

फ्रेंचायझिंग दीर्घ काळापासून सुरू आहे, पण फ्रेचायझिंग काय आहे, हे लोकांना माहीतच नव्हते. आता आमच्या अवती भोवती मॅकडोनाल्डस, पिज्जाहट,

केंटुकी फ्राईड यासारख्या संस्था पहिल्या तेव्हा कुठे फ्रॅचायझीचे सामर्थ्य आम्हाल जाणवले. त्याच्या आधी तर ते नुसते झेंगट वाटत होते. नेटवर्क मार्केटिंगही अशा प्रकारे आहे. सुरूवातीला लोक ही गोष्ट अतिशय सामान्यपणे घेतात. एखादा प्रयोग करून पाहतात. यामध्ये कोणत्याही प्रकारचे जबरदस्त नुकसान होण्याची शक्यता, तर नाही ना, हे ते अजमावून पाहतात. एखादे अनोळखी फळ थोडेसे चाखून पहावे, त्या पद्धतीने सुरूवातीला हे लोक हा बिझनेस स्वीकारतात. फळाचा छोटासा तुकडे ते घाबरत घाबरत जिभेवर ठेवतात. कदाचित ते विषारी असावे म्हणून थुंकून टाकण्यासाठी ते कोणत्याही क्षणी तयार असतात. जे काम सुरू करण्यापूर्वीच सोडून देण्याचा विचार माणसाच्या मनात असेल, तर हे उघडच असते, की तो आज नाही तर उद्या हा बिझनेस सोडून देणार असतो. हा व्यवसाय सोडून देण्याचे आणखी एक कारण म्हणजे या व्यवसायासाठी करावी लागणारी गुंतवणूक नाहीच्या बरोबर असते.

याशिवाय लक्षात येणारी अन्य कारणे अशी-

★ बिझनेसवर विश्वास नसणे.

★ आत्मविश्वासाचा अभाव.

★ हा बिझनेस व्यवस्थितरित्या नशिकता आपल्या पद्धतीने करणे.

★ या बिझनेसशी संबंधित मिटग्जि, फंक्शन्स, सेमिनार्स आणि एज्युकेशनल प्रोग्राम्स अटेंड न करणे.

★ आपल्या आत्मविकासासाठी प्रेरक पुस्तके न वाचणे तसेच प्रेरणादायी कॅसेटस न ऐकणे.

क़ाम करणाऱ्यांना कोणत्याही परिस्थितीत यश मिळते. कोणाला लवकर मिळते, तर कोणाला थोडा उशीर लागतो. पण य़श मिळेपर्यंत टिकून राहणे महत्त्वाचे असते.
- पवन सादमवार, (चंद्रपूर, महाराष्ट्र)

प्रत्येक व्यक्ती डॉक्टर, इंजिनिअर,
वकिल किंवा प्राध्यापक होऊ शकत नाही,
तसेच प्रत्येकजण नेटवर्करही होऊ शकत नाही.
ज्यांचे विचार मोठे आहेत, ज्यांच्याजवळ धीर आहे,
ज्यांची स्वप्ने मोठी आहेत आणि ज्यांना दूरदृष्टी आहे
त्यांच्यासाठीच हा बिझनेस आहे.
- दिनेश परदेशी, (हमीरपूर, हि.प्र.)

★ प्रश्न : प्रेरणादायी पुस्तके वाचणे आणि ऑडियो कॅसेट्स ऐकणे यावव तुम्ही जास्त भर का देता?

उत्तर : कोणतेही काम करण्यासाठी लागणारी हत्यारे आपल्याकडे पुरेशा प्रमाणात असत नाहीत, तोपर्यंत आपण कोणतेही काम यशस्वीरित्या करू शकत नाहीत. कोणतेही काम करण्यासाठी हत्यारे लागत असतात. प्रेरणादायी पुस्तके आणि कॅसेटस हे नटेवर्क मार्केटिंगची हत्यारे आहेत. या हत्यारांच्या सहाय्यानेच तुम्ही यशस्वीरित्या आणि चांगल्या प्रकारे हा बिझनेस करू शकता. आज ज्या पद्धतीने तुम्ही हे पुस्तक वाचत आहात. यावरून हेच सिद्ध होते, की तुम्हाला नेटवर्क मार्केटिंगबाबत जाणून घ्यायचे आहे म्हणून तुम्ही हे पुस्तक वाचत आहात. त्याचप्रमाणे नेटवर्क मार्केटिंगसाठीही हे पुस्तक एखाद्या हत्यारासारखे काम करते. अशाच प्रकारची काही हत्यारे तुम्ही तुमच्या टीमला देऊन त्यांना यशाच्या मार्गावर घेऊन जाऊ शकता. नेटवर्क मार्केटिंगच नाही, तर कोणत्याही क्षेत्रात यश मिळविण्यासाठी प्रेरक पुस्तके आणि कॅसेटस् एक महत्त्वाची भूमिका बजावत असतात.

हा व्यवसाय केल्यामुळे आपल्याला वेळ आणि पैशांचे स्वातंत्र्य मिळू शकते. हे दुसऱ्या कोणत्याही व्यवसायात मिळू शकत नाही.
- डॉ. अदिती आणि आदित्य तेंदळे, (मुंबई)

☆ प्रश्न : माझ्याजवळ टेपरेकॉर्डर किंवा कॅसेट प्लेअर नाही. माझ्याकडे सीडी प्लेअर आहे. मी काय करू?

उत्तर : मेडिकल किंवा इंजिनिअरिंगचे शिक्षण घेण्यासाठी लोक लाखो रूपये खर्च करतात. हा व्यवसाय समजून घेण्यासाठी आणि माहीत करून घेण्यासाठी तुम्ही एक टेपरेकॉर्डर खरेदी करू शकत नाहीत. जगातील सर्वाधिक वरच्या पातळीवरचे प्रशिक्षक आणि शिक्षक आहेत, त्यांचे अमूल्य विचार तुम्हाला फक्त कॅसेटच्या स्वरूपातच मिळणार आहेत. त्यामुळे आपले भवितव्य उज्वल करण्यासाठी, या व्यवसायात यशस्वी होण्यासाठी तुम्ही लगेच एक टेपरेकॉर्डर खरेदी करा. हा बारीकसा खर्च केल्यामुळे तुम्हाला होणारा फायदा खूप मोठा आहे. खर्चात बचत करण्याचा विचार करू नका. बचत करणारे फक्त बचतच करीत राहतात, कमावत काहीच नाहीत.

☆ प्रश्न : मला या बिझनेसचे सामर्थ्य कळाले आहे. इतरांनाही मी हे सामर्थ्य समजावून सांगत असतो, तरीही कोणी जॉइनच करीत नाही, त्याला मी काय करू?

उत्तर : जगातील कोणताही व्यवसाय एका दिवसांत होत नाही. तो करण्यासाठी अतिशय धीराने आपले प्रयत्न सुरूच ठेवावे लागतात. बारीकसे दुकान चांगले चालविण्यासाठीही व्यक्तीला एकादे वर्ष लागू शकते. आपल्या दुकानावर दर्जेदार सामान मिळते, याचा त्याला लोकांना विश्वास द्यावा लागतो. हा विश्वास निर्माम करण्यासाठी हा दुकानदार आपल्या ग्राहकांशी कशा प्रकारे वागायचे, याच एक

फॉर्म्युला तयार करीत असतो. सातत्यपूर्ण प्रयत्न, मनापासून असलेली निष्ठा, धीर आणि आपल्या गोड बोलण्याने तो शेवटी आपल्या कामात यशस्वी होत असतो.

अशाच प्रकारे या व्यवसायात यशस्वी होण्यासाठीही या व्यवसायाचे एक सूत्र आहे. हे सूत्र आहे- १०-७-४- १. म्हणजे असे की, समजा तुम्ही जर दहा लोकांशी या व्यवसायाबाबत बोललात, तर फक्त ७ व्यक्तीच तुमचे म्हणणे ऐकतील. उरलेल्या तीन लोकांसाठी तुमचे म्हणणे कंटाळवाणे असते. तुमचे म्हणणे एकणाऱ्या ७ लोकातील फक्त ४ लोक तुमचे म्हणणे गांभिर्याने ऐकतात आणि या बिझनेसबाबत काही तरी विचार करीत असतात. त्या चारपैकी फक्त एकच व्यक्ती तुमचे म्हणणे अतिशय गांभिर्याने ऐकत असते, तुमच्या बिझनेसबाबत अस्था दाखवित असते आणि शेवटी तुमच्या बिझनेसमध्ये जॉइन होत असते. या व्यवसायात जितके लोक यशस्वी झाले आहेत, त्या सर्वांनी याच सूत्रानुसार या व्यवसायात यश मिळविले आहे, यावर विश्वास ठेवा. जे लोक शंका-कुशंकाच्या दरम्यान झोके घेत असतात आणि हा व्यवसाय जॉइन करीत नाहीत, ते तुम्ही यशस्वी होण्याची वाट पाहत असतात. तुम्ही स्वतः या बिझनेसबाबत किती गंभीर आहात, ते त्यांना पाहायचे असते. या व्यवसायात तुम्ही यशस्वी होता तेव्हा तेच लोक तुमच्यासोबत जॉइन होण्यासाठी प्रयत्न करीत असतात. आपण इतका वेळ उगीच का वाया घालविला याचा त्यांना त्यावेळी पश्चाताप होत असतो. तेव्हाच तुमचे म्हणणे गांभिर्याने ऐकून हा अतिशय शानदार बिझनेस का जॉईन केला नाही.त्यामुळे माझा तुम्हाला असा सल्ला आहे, की तुम्ही या व्यवसायात टिकून रहा, तुम्हाला यश नक्की मिळेल.

फक्त स्वतःसाठी जगणारी व्यक्ती
नेटवर्क मार्केटिंगमध्ये कधीच यशस्वी होऊ शकत नाही.
यात यशस्वी व्हायचे असेल, तर दुसऱ्यांसाठी जगायला शिका.
हेच या व्यवसायाच्या शक्तीचे आणि यशाचे रहस्य आहे.
- राजाराम साहरन, (जयपूर, राजस्थान)

✯ प्रश्न : नेटवर्क मार्केटिंग कॉर्पोरेशनबाबत मी अनेक स्कँडल ऐकले आहेत. याबद्दल तुमचे काय म्हणणे आहे?

उत्तर : मीही खूप साऱ्या स्कँडलबाबत ऐकले आहे, पण म्हणून काय झाले? स्कँडल काय फक्त या व्यवसायाशीच संबधित आहेत? ते तर कोणाशीही जोडले जाऊ शकतात. तसेही जे काही स्कँडल ऐकले जातात ते पारंपरिक संस्था किंवा पदांशी संबधित असतात. काही लोक कंपनीच्या संरक्षकांच्या वैयक्तिक समस्या विनाकारण उघडे पाडीत असतात. तुमच्या कंपनीशी संबंधित असलेल्या अशा प्रकारच्या कोणत्याही घटनेमुळे किंवा अफवेमुळे तुम्ही विचलित होऊ नका. उगीच त्वेषात येऊ नका. काही वेळा प्रगती करणाऱ्या कंपनीची प्रगती सहन न झाल्यामुळे प्रतिस्पर्धी कंपन्याही अशा प्रकारच्या अफवा उडवत असतात. शेवटी सत्य समोर येते तेव्हा सर्व काही बरोबर होते.

२१ व्या शतकातील भांडवली व्यवस्थेच्या या काळात सर्वांसाठी अमर्याद सफलता, मान-सन्मान, प्रेम, चांगले नाते, ओळख आणि सुरक्षितता मिळविण्याचा कोणता मार्ग असेल, तर तो आहे फक्त आणि फक्त नेटवर्क मार्केटिंगचा.

- सुशील कुमार लाकडा, (छत्तीसगढ)
नेटवर्क मार्केटिंग लीडर

✯ प्रश्न : या व्यवसायात यश मिळविण्यासाठी मी काही लोकांना आपल्यासोबत जोडून घेणे आवश्यक आहे का?

उत्तर : याच्यात त्रासदायक काय आहे? एखाद्या चांगल्या कामासाठी आपल्या सोबत काही लोकांना घेऊन जाणे तुम्हाला योग्य वाटत नाही का? जो व्यवसाय अतिशय चांगला व्यवसाय असल्याचे सिद्ध झाले आहे, तो करण्यासाठी आपल्यासोबत चार लोकांना घेऊन जाण्यात काय वाईट आहे? यामध्ये तुम्हाला तरी काही त्रास होण्याचे कारण नाही. असा एक बिझनेस जो चांगला असल्याचे, प्रमाणित आणि

नेक असल्याचे सिद्ध झाले आहे, तो दुसऱ्यांना स्वीकारण्यासाठी आवाहन करण्याचा अधिकार तुम्हाला पहिल्याच दिवशी मिळालेला असतो. याच्यात लाज वाटण्यासारखे काय आहे? उलट आपण दुसऱ्यालाही एक सफल बिझनेस देत आहोत, याचा तुम्हालाही अभिमान वाटायला हवा.

**एक टीम तयार करणे सोपे काम असते;
पण ती कायम ठेवणे अवघड असते. तुम्ही तुमची टीम
कायम ठेवू शकलात, तर तुम्ही प्रचंड सफल व्यक्ती
म्हणून ओळखले जाता.**
- चिराग शरा, (बडोदरा)

★ प्रश्न : मलाही या व्यवसायात यायचे आहे. मी माझी नोकरी सोडून या व्यवसायात पूर्णवेळ पदार्पण करू का?

उत्तर : तुम्ही हा व्यवसाय नक्कीच जॉइन करा, पण त्यासाठी सध्या तुम्ही करीत असलेली नोकरी सोडायलाच हवी, असे अजिबात नाही. या आधी सांगितले आहे, त्या प्रमाणे कोणत्याही व्यापारात एकदमच पैशाचा पाऊस पडत नाही. कोणतेही काम स्थीरस्थावर होण्यासाठी वेळ लागतच असतो. तुम्हालाही या व्यवसायात स्थिरावण्यासाठी वेळ लागू शकतो. तसेच सध्याच्या नोकरीतून तुम्हाला जितके उत्पन्न मिळते तितके सुरूवातीला या बिझनेसमधून मिळणार नाही. त्यामुळे तुमची आर्थिक घडी विस्कटू शकते आणि तुम्ही मानसिक तणावाखाली येऊ शकता. अशावेळी तुम्ही चिंतामुक्त होऊन बिझनेस करू शकणार नाहीत. त्यामुळे तुम्ही अपयशी होऊ शकता. त्यामुळे लगेच नोकरी सोडून हा व्यवसाय जॉइन करण्याचा सल्ला मी देणार नाही. तुम्ही हा व्यवसाय पार्ट टाइम स्वरूपात करा. परिश्रम करून प्रगती करा आणि जेव्हा तुम्हाला असे वाटेल, की आपण हा व्यवसाय पूर्णपणे यशस्वीरित्या करीत आहोत, तुमचे पार्टटाइम उत्पन्नच फूलटाइम उत्पन्नाच्या दुप्पट झाले असेल तेव्हा मग सध्याची नोकरी सोडून फक्त हाच व्यवसाय पूर्ण वेळ स्वरूपात करू शकता. तोपर्यंत मात्र अशी चूक करू नका.

आपल्यामुळेच आपली टीम आहे, हा अहंकार ज्या दिवशी तुमच्या मनात निर्माण होईल, त्याक्षणी तुमच्या नेटवर्कची घडी भरल्याचे समजून घ्या.
- योगेश कपील, (चंदीगढ)

✯ प्रश्न : नेटवर्क मार्केटिंगमध्ये मला सहा महिने झाले आहेत. अजून मला म्हणावे तसे यश मिळाले नाही, मी काय करू?

उत्तर : बहुतेक लोकांचा हाच गैरसमज असतो, की ते चार- सहा महिन्यात एक यशस्वी बिझनेसमन होतील; पण असे होत नाही. कोणताही बिझनेस समजून घेण्यासाठीच इतका वेळ लागत असतो. या बिझनेसमध्ये कास करून तुम्हाला वेळ द्यावा लागतो कारण हा बिझनेस इतर बिझनेसच्या तुलनेत निराळा आहे. यामध्ये तुम्हाला जीवनशैली बदलावी लागते. तुमचे विचार आणि दृष्टिकोन यांना योग्य दिशेने आणावे लागते. हे सर्व करण्यासाठी तुम्हाला दोन-चार वर्षांचा कालावधी लागू शकतो. या दरम्यान तुम्हाल बरीचशी अशी माणसे भेटतात, जी तुम्हाला मदत करणारी असतात. तुमच्यासोबत यशाच्या मार्गावर चालण्यासाठी तयार असतात. यामधील अनेक लोक तुमचे म्हणणे काळजीपूर्वक ऐकत असतात आणि त्यावर अमंलबजावणीही करीत असतात. तुम्हाला योग्य मार्गदर्शन करणारेही काही लोक भेटत असतात. चांगल्यातल्या चांगल्या पद्धतीने बिझनेस शिकून प्रगती करावी, हाच तुमचा उद्देश असायला हवा. मिटिंग्ज, फंक्शन आणि एज्युकेशनल प्रोग्राम हा या बिझनेसचा सिलॅबस आहे. तुम्ही त्याचा जितका जास्त अभ्यास कराल तितके तुम्हाला जास्त गुण मिळतात. त्यामुळे तुम्ही जास्तीत जास्त मिटग्जि, फंक्शन्स आणि एज्युकशेनल प्रोग्राम अटेंड करणे आणि जास्तीत जास्त ऑडियो टेप ऐकणे आवश्यक असते.

नेटवर्क मार्केटिंगमधील एज्युकेशनल प्रोग्राम्स हेच जगातील सर्वात चांगले एज्युकेशनल प्रोग्राम असल्याचे माझे मत आहे, हे लक्षात घ्या.

दुसऱ्याचे नेटवर्क तोडण्यात आणि त्यांचे वाईट करण्यात आपला वेळ वाया घालविता कामा नये. त्याऐवजी आपल्या टीमच्या विकासासाठी नव नवीन पद्धती अमंलात आणायला हव्यात. त्याचबरोबर आपल्या टीममध्ये प्रेम, बंधुभाव आणि एकतेची भावना निर्माण करायला हवी. टीमची इच्छाशक्ती आणि सदस्यांचा आत्मविश्वास वाढवित रहायला हवे.

- सिद्धार्थ सिंग, (न्यू फ्रेंडस् कॉलनी, दिल्ली)
नेटवर्क मार्केटिंग लीडर

★ प्रश्न : सर्व नेटवर्क मार्केटिंग कंपन्यांची एज्युकेशनल सिस्टिम चांगली असते का?

उत्तर : नाही, असे असत नाही. मला असे अनुभवाला आले आहे, की बऱ्याचशा कंपन्यांनी जितक्या चांगल्या एज्युकेशन सिस्टिमचा दावा केला होता, तितके चांगले त्यांचे एज्युकेशनल प्रोग्राम नव्हते. तसेच त्यांची एज्युकेशन सिस्टिमही फारशी चांगली नव्हती. बहुतेक कंपन्यात मला असे आढळून आले आहे, की ते तुमचे मित्र, ओळखीचे आणि नातेवाईक यांना या बिझनेसमध्ये सामावून घेण्याविषयी शिकवत असतात. तसेच या कंपनीची उत्पादने विकून तुम्ही एक चांगले सेल्समन कसे बनू शकता, हे शिकवित असंतात. त्यामुले कोणतीही नेटवर्क कंपनी जॉइन करण्याआधी हे तपासून पाहा, की तेथील एज्युकेशन सिस्टिम इतकी चांगली असायला हवी की त्यामुळे तुमचा परिपूर्ण व्यक्तिमत्त्व विकास व्हायला हवा. कारण काही नेटवर्क कंपन्या खरोखरच इतके चांगले शिक्षण आणि प्रशिक्षण देतात की मी त्याचे शब्दात वर्णण करू शकत नाही. त्यामध्ये जगातील सर्वात चांगल्या रिअल लाईफ बिझनेसची ट्रेनिंग दिली जाते. तिच एज्युकेशन सिस्टिम चांगली असते.

आपली स्वप्ने पूर्ण करण्यासाठी तुम्ही फक्त परिश्रम करीत असाल, तर तुमची स्वप्ने कधीच पूर्ण होणार नाहीत.कारण तुम्ही विचारपूर्वक काही काम करणार नाहीत, तोपर्यंत तुमचे परिश्रमही कामाचे नाहीत.

- योगेश कपील, (चंदीगढ)

☆ प्रश्न : मी जी नेटवर्क मार्केटिंग कंपनी जॉइन करीत आहे, तिचे एज्युकेशनल प्रोग्राम चांगले आहेत आणि ते मला यशाच्या मार्गावर घेऊन जातील, हे मला कसे कळेल?

उत्तर : त्यासाठी सर्वात आधी तुम्हाला त्यांचे एज्युकेशनल प्रोग्राम्स कसे आहेत, ते तुम्हाला विचारायला हवे. ते तुम्हाला किती वेळ आणि पाठींबा देतील? त्यांच्या मिटिंग्ज कशा प्रकारे होतात? त्यांच्या एज्युकेशनल प्रोग्राममधील शिक्षक कोन आहेत? ते कशा प्रकारचे शिक्षण देतात?

ते लोक तुम्हाला सदस्य बनविण्याच्या किंवा सामान विकण्याच्या स्किममध्ये सामील करून घेण्याचा तर प्रयत्न करीत नाहीत, ना याची अतिशय खोलवर जाऊन तपासणी करा. त्यांच्यासोबत जॉइन झाल्यावर आणि त्यांची उत्पादने विकल्यावर तुम्ही रात्रीतून कोट्याधीश होणार असल्याचे तर ते तुम्हाला सांगत नाहीत ना, हे पाहा. जर असे असेल, तर कंपनी आपल्या फायद्यासाठी तुम्हाला फक्त एक सेल्समन करीत आहे. अशा कंपनीशी जोडून घेतल्याने तुमच्या व्यक्तिमत्त्वाचा विकास होणार नाही, की तुमचे जीवनमान चांगले होणार नाही. कारण? या कंपन्या तुम्हाला सफलतेच्या मार्गावर जाण्याच्या पद्धती शिकवत नाहीत, तर लोकांना तुमच्याशी जोडून घेऊन फक्त आपली उत्पादने विकायला शिकवित आहेत. अशी कंपनी तुमच्या माध्यमातून फक्त आपले उत्पादन विकण्याचा प्रयत्न करीत असते. तुमची कोणत्याही प्रकारे प्रगती होण्याशी त्यांना काही एक संबंध नसतो.

त्यामुळे मोकळ्या मनाने तुम्ही आधी कंपनीची माहिती मिळविणे खूप आवश्यक

आहे. त्यासाठी त्यांच्या मिटिंग्ज वगैरे अटेंड करा. कंपनीचे प्रमुख कोण आहेत, ते कोठून आलेत, ते दुसरे काय करतात, ते कोणत्या बाबींकडे अधिक लक्ष देतात, ते फक्त आपली उत्पादने विकण्यावर अधिक भर देतात की तुम्हाला एक चांगली आणि यशस्वी व्यक्ती बनविण्यावर भर देतात हेही माहीत करून घेण्याचा प्रयत्न करा. ते तुम्हाला आपला मोहरा करून सेल्समन किंवा सदस्य बनविणारा एजंट करू पाहताहेत की तुमच्या संपूर्ण व्यक्तिमत्त्वाचा विकास करून सफलतेच्या मार्गावर प्रगती करण्यासाठी तुम्हाल मदत करण्यासाठी इच्छुक आहेत?

शो टू प्लान

जास्तीत जास्त लोकांना भेटणे, त्यांच्याशी बोलणे, त्यांना आपला बिझनेस प्लॅन समजावून सांगणे, हा या व्यवसायातील सफलतेचा सर्वात महत्त्वाचा नियम आहे. प्लॅन समजावून सांगताना, ही व्यक्ती खूप गरीब आहे किंवा खूप श्रीमंत आहे, याचे वय कमी आहे किंवा हा खूप वयस्कर आहे, हा खूप स्मार्ट आहे किंवा नाही, तो माझ्या जवळ राहतो किवा नाही, तो नाझ्या नात्यातील आहे किंवा ओळखीचा आहे, असा कधीही विचार करू नका. प्लॅन समजावून सांगण्याआधीच तुम्ही खूप विचार करणार असाल, तर तुम्ही या व्यवसायात यशस्वी होऊ शकणार नाहीत. तुम्हाला जितके जास्त लोक भेटतील, तितके तुम्ही या व्यवसायातील एक्सपर्ट व्हाल. तुमचा बिझनेस वेगाने वाढत नसेल, तर तुम्ही बिझनेस प्लानेचा अधिक चांगला अभ्यास करून प्लॅन देण्याची संख्या वाढवा. प्लॅन देताना तुमची वेशभूषा आणि व्यक्तीमत्त्व कौतुकास्पद असायला हवे, हे नेहमी लक्षात ठेवा.

आपल्या टीमला शिक्षित करून या व्यवसायाशी संबंधित सर्व साहित्य (पुस्तके, कॅसेटस, सीडी) उपलब्ध करून देत असतो, तेव्हा नेटवर्क मार्केटिंग बिझनेस करणे खूप सोपे जाते, असे मला वाटते.
- प्रमोद आचार्य, (भूवनेश्वर)

✯ प्रश्न : नेटवक मार्केटिंग बिझनेसमध्ये असे काय शिकविले जाते की, ज्यामुळे माणसाच्या व्यक्तिमत्त्वाचा विकास होतो?

उत्तर : नेटवर्क मार्केटिंग कंपन्या माणसाच्या व्यक्तिमत्त्व विकासासाठी जो विषय शिकवतात, त्यामध्ये सर्वात आधी व्यक्तीच्या दृष्टिकोनाला सकारात्मक दिशा दिली जाते. तसेच सफलतेच्या मार्गवरून कसे चालायचे आणि प्रगती करायची तेही शिकविले जाते.

कशा प्रकारे तुम्ही दुसऱ्यांचे नेतृत्त्व करू शकाल, यासाठी नेतृत्त्वाची कला शिकविली जाते. संवादाची कला शिकविली जाते. दुसऱ्याचे मन कसे जिंकायचे ते शिकविले जाते. तुमच्या मनातून भीती आणि शंका काढून टाकली जाते आणि तुमच्यात आत्मविश्वास निर्माण करते. धन आणि वेळ याचा कुठे आणि कसा वापर करायचा ते शिकविले जाते. तुम्ही तुमचे ध्येय कसे ठरवाल आणि कसे मिळवाल, तेही शिकविले जाते. मानसिक पातळीवर त्यांनी काही नवीन शिकावे आणि काही प्रयत्न करावेत यासाठी चांगल्या नेटवर्क मार्केटिंग कंपन्या आपल्या डिस्ट्रिब्युटर्सनां प्रोत्साहित करीत असतात. त्यात काही चुकाही असतात. या चुंकापासून तुम्ही काही शिकावे आंणि नंतर त्या दुरूस्त कराव्यात. पुन्हा हीच प्रक्रिया करावी. अशा प्रकारे माणसाच्या व्यक्तिमत्त्वाचा विकास होतो.

नेटवर्क मार्केटिंग हाच असा एक व्यवसाय आहे, ज्यामध्ये आपण मिळालेले पूर्ण आर्थिक स्वातंत्र्य, वेळेचे स्वातंत्र्य आणि मनासारखे जगण्याची संधी तसेच सोशल स्टेटस आहे

- वीरेंद्र सिंग सग्गू

✯ प्रश्न : नेटवर्क मार्केटिंगमध्ये ट्रेनरची भूमिका आणि महत्त्व काय आहे?

उत्तर : नेटवर्क मार्केटिंगच नाही, तर प्रत्येक क्षेत्रात ट्रेनरचे महत्त्व आहे. तुम्ही कोणत्याही क्षेत्रात गेलात तरी तिथे कोणी ना कोणी ट्रेनर नक्कीच असतो. प्राचीन इतिहासाची पाने उलटून पाहिली तर तिथेही आपल्याला प्रत्येक समाजात 'गुरू' चे महत्त्व आढळून येते. गुरू-शिष्य परंपरेप्रमाणेच ट्रेनर आणि ट्रेनी परंपरा आहे. प्राचीन काळापासून आतापर्यंत शिष्याचा सर्वांगिन विकास गुरूच्याच खांद्यावर अवंलबून असतो. भगवान श्रीराम सर्वसमर्थ पूर्ण परमात्मा होते. त्यांच्यासाठी अशक्य असे काहीच नव्हते तरीही पृथ्वीवर अवतार घेतल्यानंतर त्यांनाही गुरूची आवश्यकता पडला. कुलगुरू वशिष्ट यांनी त्यांना फक्त दीक्षा-शिक्षाच दिली नाही,तर त्यांच्या आत्मिक विकासाचा विडाही उचलला. शस्त्रास्त्रांचे शिक्षण दिले.

प्रख्यात असलेले कौरव-पांडव गुरू द्रोणाचार्यांचे शिष्य होते.

कर्णाला स्वतः परशुरामजींनी युद्ध कौशल्य शिकविले होते.

भगवान कृष्ण यांनी सांदिपानी ऋषींना गुरूच्या रूपात स्वीकारले होते.

आजच्या आधुनिक युगात आश्रमांची व्यवस्था सपंलेली असली, तरीही विद्यालयातील शिक्षक गुरूची भूमिका पार पाडताहेत.

क्रिकेट टिममध्ये कोचची वेगळी व्यवस्था केली जाते.

अशाच प्रकारे आज 'बिझनेस गुरू' व्यावसायिकांना व्यवसायाच्या नव नव्या पद्धती शिकवतात. त्यामुळे ते यशाची नव नवीन शिखरे काबीज करतात.

नेटवर्क मार्केटिंग बिझनेस भारतात नवीन आहे, त्यामुळे हा पुढे नेण्यासाठी तसेच या बिझनेसशी संबंधित व्यक्तींनी प्रगती करण्यासाठी एका ट्रेनरची आवश्यकता असते.

ट्रेनर तुमचा आत्मिक, मानसिक आणि शारीरिक विकास करीत असतो. तुम्हाल यशस्वी जीवन जगण्याचा मंत्र शिकवित असतो. तुम्हाला तुमचे ध्येय ठरवून देत असतो, तुमच्यातील आत्मविश्वास जागृत करीत असतो, तुम्हाला वेळ व्यवस्थापन शिकवित असतो. तुमचे व्यक्तिमत्त्व विकसित करून तुम्हाला लोक व्यवहार आणि बिझनेसमध्ये यशस्वी होण्याच्या रिती -पद्धती सांगत असतो. त्यानंतर एक योग्य नेता बनून तुम्ही तुमच्या टिमचे नेतृत्त्व करीत असता. तुमच्या आसपास असलेल्या एखाद्या चांगल्या ट्रेनरचा संपर्क मिळविण्यासाठी तुम्ही प्रयत्न करा. नेटवर्क बिझनेसमध्ये असलेल्या व्यक्तीला चांगला ट्रेनर मिळणे याचा अर्थ त्याने अर्ध्याहून अधिक यश मिळविणे असे होते.

गुरू, उस्ताद, टिचर, ट्रेनर आणि ट्युटर यांचे महत्त्व आजच्या काळात तुम्ही स्वतःही समजू शकता. हे कोणीही नाकारू शकत नाही. परदेशात तर तुम्हाला राजकीय शिक्षकही आढळून येतात. हे तज्ज्ञ स्वतः कधीही राजकारणात येत नाहीत, पण त्यांच्या सल्ल्याने अनेक राजकीय नेत्यांनी आपल्या देशात सर्वोच्च पातळीवरील यश मिळविले आहे.

नेटवर्क मार्केटिंग बिझनेसमध्ये जात-पात, लहान-मोठे, धर्म याचा भेदभाव कधीही निर्माण होऊ देऊ नका. त्याचबरोबर आपल्या टिममधील सर्व सहकाऱ्यांना एक दुसऱ्याबद्दल आदर आणि सन्मान दाखवायला शिकवा.

- योगेश जिंदल, (लुधियाना)

★ प्रश्न : मी एका नेटवर्क मार्केटिंग कंपनीशी संबंधित आहे, पण ती कंपनी एज्युकेशनल सिस्टिमवर लक्ष देत नाही की कंपनीशी संबंधित सदस्याच्या व्यक्तिमत्त्व विकासाकडे लक्ष देत नाही. त्यामुळे मलाच माझ्या

टिमकडे लक्ष द्यावे लागते. या कामात मला कुणाचे सहकार्यही मिळत नाही. आज घडीला माझी टिमही खूप मोठी झाली आहे. त्यामुळे मी त्यांना सोडूही शकत नाही. अशा वेळी मी काय करू ते सांगा?

उत्तर : मी आधीच सांगितले आहे, की नेटवर्क मार्केटिंगं कंपनी जॉइन करण्यापूर्वी तिची चांगल्या प्रकारे चौकशी करून घ्या, की ती तुम्हाला आपला मोहरा तर बनवित नाही ना? ती कंपनी वास्तविकरित्या नेटवर्क मार्केटिंगच्या सूत्रानुसार काम करीत आहे की फक्त आपल्या फायद्यासाठी सदस्य किंवा सेल्समन तयार करीत आहे? दुसरे म्हणजे आता तुम्ही या कंपनीशी संबधित झाला आहात आणि तुमची एक मोठी टिम तयार झाली असेल, तर तुम्ही कंपनीकडे एज्युकेशन सिस्टिमची मागणी करा. तुमच्या टिमचा पूर्ण हवाला देऊन सांगा की या टिमला योग्य प्रकारे मार्गदर्शन करण्यासाठी तुम्हाला एखाद्या चांगल्या ट्रेनरची आणि मार्गदर्शकाची आवश्यकता आहे. त्यासाठी तुमची टिम तिकिट वगैरे खरेदी करायलाही तयार आहे. कंपनी तुमच्या अडचणीकडे दुर्लक्ष करू शकत नाही. त्यासाठी तुम्हीही वेळेवेळी तुमच्या टिमसाठी उत्साहवर्धक एज्युकेशनल प्रोग्राम आयोजित करीत रहा. चांगल्या ट्रेनरकडून तुमच्या टिमला ट्रेन करीत रहा. असे केल्यामुळे टिमचा तुमच्यावरील विश्वास वाढतो आणि टिम नेहमी तुमच्या सोबत राहते. एक नेता म्हणून तुमचे हे कर्तव्यच आहे की आपल्या टिमच्या भल्यासाठी त्यांना चांगले शिक्षण देत राहावे.

नेटवर्क मार्केटिंग बिझनेसला एका नव्या,
सुखी आणि जीवनात परिवर्तन घडवून आणणाऱ्या
जगाचे प्रवेशद्वार समजून ठाम विश्वासाने आपलेसे करा.
तुम्हाला नक्कीच सफलता मिळेल.
- ग़गनदीप सिंग (पंजाब)

✮ प्रश्न : नेटवर्क मार्केटिंगमध्ये आम्हाला अनेक प्रकारच्या अडचणींचा सामना करावा लागतो. या अडचणी सुरू असताना हा बिझनेस करणे आमच्यासाठी अवघड होऊन बसते. आता आम्ही काय करावे?

उत्तर : हे बघा, फक्त नेटवर्क मार्केटिंग बिझनेसमध्येच अडचणी आहेत, असे समजू नका. अडचणी तर प्रत्येक व्यवसायात आणि क्षेत्रात असतात. तुम्ही हा व्यवसाय करीत असता म्हणून तुम्हाला या व्यवसायातील अडचणी माहीत असतात. तुम्ही दुसरा व्यवसाय करीत नसता म्हणून तुम्हाला त्यातील अडचणी कळत नाहीत. म्हणजे अडचणी प्रत्येक बिझनेसमध्ये असतात. तुम्ही या अडचणींना घाबरू नये. तुम्ही त्यांना जितके घाबराल, तितक्या त्या तुम्हाला भेडवत राहतील. ही गोष्ट तुम्ही अशी समजून घ्या. तुम्ही रस्त्याने कुठे तरी जात असता. इतक्यात अचानकपणे एक कुत्रा तुम्हाला पाहून भूंकायला लागतो. तुम्ही घाबरून जाता. तो तुम्हाला चावेल की काय अशी भीती वाटते. त्यामुळे तिथून पळून जाण्यातच चांगले आहे, असे समजून तुम्ही पळू लागता. कुत्रा तुमच्या मागे पळू लागतो. याची दोन कारणे आहेत. एक- तो तुम्हाला संशयी समजतो. दुसरे तुम्हाला पळविण्यात त्याला मजा वाटते. याउलट जर कुत्रा भूंकताच तुम्ही आपल्या जागी स्थीर उभे राहिलात आणि बेडरपणे त्याच्या डोळयात डोळे घालून हाड म्हणालात, तर तो कुत्रा गप्प होऊन दुसऱ्या बाजूला चालायला लागतो. हीच परिस्थिती अडचणींची असते. एखादी अडचण निर्माण झाली आणि तिला घाबरून तुम्ही पळायला लागलात, तर ती तुम्हाला अधिकच पळायला लावते. पण त्याऐवजी न घाबरता तुम्ही ठामपणे तिच्या समोर उभे राहिलात, तर तिला तुमचा रस्ता सोडावाच लागतो. खरं तर कमकुवत मनोबल असणाऱ्यांनाच अडचणी तोडत असतात. त्यांना घाबरवून त्यांच्या ध्येयापासून दूर पळायला लावते. हेच त्यांचे मुख्य काम असते. ९० टक्के प्रकरणात ते यशस्वी होत असल्याचे आढळून आले आहे. फक्त १० टक्के लोकच या अडचणींचा मुकाबला करण्यासाठी कंबर कसून उभे राहतात. त्यांना घाबरून या अडचणी स्वतः होऊन त्यांच्या मार्गातून दूर

पळून जातात. आज समाजातील कोणत्याही क्षेत्रात आढळून येणारे यशस्वी लोक या १० टक्क्यांपैकीच असतात. त्यामुळे तुम्ही या अडचणींचा सामना करा. घाबरट, आत्मबलहीन, हत्यार टाकणाऱ्या ९० टक्के लोकांत तुमचा समावेश होणार नाही, असे पहा. त्याऐवजी ज्यांना संघर्षशील, साहसी, आत्मविश्वासी आणि ठाम समजले जाते, त्या १० टक्के लोकांत तुमचा समावेश होईल असे पाहा. मग सफलता तुमच्या पायाशी लोळण घेईल, असा माझा दावा आहे. माझ्या मार्गात अडचणी आणू नको, असे कधीही परमेश्वराला मागू नका, उलट परमेश्वराकडे मार्गात येणाऱ्या अडचणींशी दोन हात करण्याची शक्ती मागा.

तुम्हाला तुमच्या टिमसाठी यश हवे असेल,
तर सकारात्मक विचारासह तुमच्या टिमला शिक्षित करा.
त्यांना योग्य पुस्तके आणि साहित्य उपलब्ध करून द्या.
त्यांचे मनोबल वाढवा आणि त्यांना नेहमी
ग्रुप मेंटेन करायला शिकवा.
- मनजीत सिंग चौहान (पूरनपूर, उ.. प्र.)

☆ प्रश्न : या बिझनेसमध्ये काम तर आम्ही करीत असतो, पण त्यातील उत्पन्न आमच्या अपलाइन असणाऱ्यांना पाठविले जाते. त्यांना तर आम्ही ओळखतही नाही. त्यांनी आम्हाला कधी सपोर्टही केला नाही. हा या बिझनेसमधील निगेटिव्ह पॉइंट नाही का?

उत्तर : नाही. उलट हे या बिझनेसचे वैशिष्ट्ये आणि सौंदर्य आहे. सुरूवातीला प्रत्येकाला असे वाटत असते की मेहनत तर मी करीत आहे, पण त्याचे उत्पन्न मात्र वर जाते. पण जस जसा वेळ जातो तशी तशी या बिझनेसची सिस्टिम लक्षात यायला लागते. त्याच बरोबर आपल्या शंकाही दूर होतात. त्यामुळेच त्याला नेटवर्क मार्केटिंग किंवा *MLM* म्हणतात. वर्ष दोन वर्ष परिश्रम करून तुम्ही

काही लीडर तयार करता. अशा प्रकारे तुमच्याशी संबंधित आणि नंतर त्यांच्याशी संबंधित व्यक्ती काम करीत असतात. तुमचा एक मोठा ग्रुप तयार होतो. त्यामुळे तुमचा बिझनेस व्हॅल्यूम वाढतो आणि तुमचे उत्पन्नही वाढते. हीच पद्धत पुढे वाढत जाते आणि आयुष्यभर तुम्हाला उत्पन्न येत राहते.

योग्य विचार आणि सकारात्मक दृष्टिकोनाच्या सहाय्याने करण्याचा नेटवर्क मार्केटिंग हा व्यवसाय आहे. त्यामुळे नेहमी आशावादा रहा आणि चुकूनही कुणाशी नकारात्मक बोलू नका.
- डॉ. जे. एस. वाजवा (फतेहगढ साहब)

☆ प्रश्न : एखादी व्यक्ती नेटवर्क मार्केटिंगमध्ये यश मिळविण्यासाठी प्रयत्न करीत असूनही त्याला यश मिळत नसेल, तर त्याने काय करावे?

उत्तर : प्रयत्न करूनही यश मिळत नसेल, तर त्यावरून कुठे तरी काही उणीव राहिल्याचे सिद्ध होते. एक तर तुम्ही योग्य प्रकारे कन्सेप्ट समजून घेतली नसेल किंवा बिझनेस सिस्टिम योग्य प्रकारे फॉलो करीत नसाल. अशा प्रकारे येणाऱ्या अपयशाला अजिबात घाबरू नका. ज्याने तुम्हाला स्पॉन्सर केले आहे किंवा जो तुमच्यापेक्षा वरीष्ट आहे त्याच्याशी संपर्क साधा आणि तुमच्या अडचणी त्याला बिनधास्तपणे सांगा. त्यानंतर त्याच्या सल्ल्यानुसार काम करा. तुमच्या नेटवर्कशी संबंधित मिटिंग्ज आणि फंक्शन पुन्हा अटेंड करा आणि तेथील वक्त्याचे भाषण गंभीरपणे ऐका. बिझनेस प्लान वारंवार वाचा. पर्सनॅलिटी डेव्हलपमेंट क्लास अटेंड करा. तुम्ही नव्याने सर्व सिस्टिमचा विचार कराल, तुमच्या वरिष्ठांचे म्हणणे गंभीरपणे ऐकाल आणि त्यांच्या सल्ल्यानुसार वागायला लागाल तेव्हा इतके दिवस तुमच्या मार्गात बाधा आणणारे कारण तुम्ही स्वतः शोधू शकाल. हे सर्व

काही साधारणपणे तसेच असते. जेव्हा एखादा विद्यार्थी नापास झाल्यावर त्याला आपण नियमित अभ्यासाशिवाय़ एखाद्या ट्युशन क्लासला पाठवितो. त्यामुळे त्या मुलातील उणिवा दूर होतात आणि पुढच्या परीक्षेत तो विद्यार्थी आपल्या वर्गात पहिला येतो. अशा प्रकारे थोडासा जसत वेळ देऊन तुम्ही ती उणिव भरून काढू शकता ज्यामुळे तुम्हाला अपयश येत होते.

नेटवर्क मार्केटिंग बिझनेसमध्ये शिकणे आणि शिकविणे याच्याशिवाय काहीही नसते. तरीही बहुतेक लोक हे काम योग्य पद्धतीने करू शकत नाहीत, ही किती दुर्दैवाची बाब आहे.
- दशरथ सिंग (मेरठ)
नेटवर्क मार्केटिंग लीडर

☆ प्रश्न : मलाही या व्यवसायात यशस्वी व्हायचे आहे, पण माझ्या कुटुंबातील लोक मला साथ देत नाहीत, की मला सहकार्य करीत नाहीत. अशा परिस्थितीत मी या व्यवसायात टिकून कसा राहू?

उत्तर : या बिझनेसमध्ये टिकून राहण्याची बाब सर्वात महत्त्वाची आहे. याशिवाय तुम्हाला सर्वात जास्त आवश्यकता असते, तुमच्या कुटुंबाच्या समर्थनाची. होते असे की , काही लोक स्वतः हा बिझनेस चांगल्या प्रकारे समजावून घेतात, पण आपल्या कुटुंबाला मात्र या विषयाची परिपूर्ण माहिती देत नाहीत. म्हणजे असे की आपल्या कुटुंबातील लोकांना ते कधी मिटिंग्ज, फंक्शन किंवा सेमिनारला नेत नाहीत. तसेच त्यांना ऑडियो टेप ऐकायला देत नाहीत, की एखादे पुस्तक वाचायला देत नाहीत. त्यामुळे आपला संरक्षक असलेली व्यक्ती कोणत्या झमेल्यात

अडकली आहे की काय असे कुटुंबातील इतर लोकांना वाटते. त्यामुळे त्यांच्या मनात असुरक्षिततेची भावना निर्माण होते आणि ते आपले पूर्ण समर्थन देऊ शकत नाहीत. त्यामुळे या सर्व भावना लक्षात घेऊन हा बिझनेस तुम्ही तुमच्या कुटुंबाच्या भल्यासाठीच करीत आहात म्हणून तुमच्या कुटुंबालाही त्याची पुरेशी माहिती द्या. त्यांना ऑडियो कॅसेटस ऐकायला द्या. चांगली चांगली प्रेरक पुस्तके वाचायला द्या. तसेच या व्यवसायात यश मिळाल्यानंतर वाट्याला येणाऱ्या सुख समाधानाबाबतही सांगा. तेव्हा तुम्हाला तुमच्या कुटुंबाकडून योग्य प्रकारे सहकार्य मिळत असल्याचे आढळून येईल. त्यामुळे या व्यवसायात तुम्हाला नक्कीच यश मिळेल.

नेटवर्क मार्केटिंग बिझनेस हा आपला स्वतःचा बिझनेस आहे, असे समजून जी व्यक्ती या व्यवसायाशी वचनबद्ध राहून पूर्ण तन-मन-धनाने रोज काम करीत राहते, अशी व्यक्ती आपल्या जीवनात नक्कीच यशस्वी होते.

- **जाला सातीया** (भावनगर, गुजरात)

✯ प्रश्न : नेटवर्क मार्केटिंग बिझनेसशी संबंधित काही समस्या आहेत. त्यांचे निवारण कसे करावे?

उत्तर : तुमची कोणतीही समस्या असली, की ती तुमच्या वरिष्ठांसमोर मांडा आणि तिचे निराकरण करा. तुमच्या वरिष्ठांचे म्हणणे काळजीपूर्वक ऐकून त्यावर तुमच्या सोयीनुसार अमंलबजावणी करा. तसे नेटवर्क मार्केटिंग बिझनेसशी संबंधित पुस्तकें आणि ऑडियो कॅसेटस तुम्ही काळजीपूर्वक वाचल्या आणि ऐकल्यातर तुमच्या जवळपास सर्व समस्यांचे लगेच निराकरण होते, असा मला विश्वास आहे.

तुमच्या टीमच्या बाबतीत, तुमच्या व्यवसायाच्या बाबतीत नकारात्मक प्रचार करणाऱ्याकडे तुम्ही कधीही लक्ष देऊ नका. तुमच्या बाबतीत सकारात्मक विचार करणाऱ्यांनाच तुम्ही साथ सोबत द्यायला हवी.
- उपेंद्र पटेल (बड़ोदरा)

☆ प्रश्न : नेटवर्क मार्केटिंग बिझनेसबाबत मी जेव्हा केव्हा कुणाशीही बोलायला जातो तेव्हा लोक मला हासायला लागतात आणि माझी टिंगल उडवतात. त्यावेळी तिथे असलेली कोणीही व्यक्ती माझे सामर्थ्य वाढवित नाही, मी काय करायला हवे?

उत्तर : मी या आधी सांगितल्याप्रमाणे नेटवर्क मार्केटिंग बिझनेस हा एक लीडरशीप डेव्हलपमेंट बिझनेसही आहे. या बिझनेसचे आणखी एक वैशिष्ट्य असे आहे, की यामुळे सामान्यातील सामान्य व्यक्तीतही नेतृत्व गुण विकसित केले जातात आणि त्यामुळे ती व्यक्ती इतरांचे नेतृत्त्व करायला लागते. त्याला दुसऱ्याच्या मदतीची गरज पडत नाही, तर तोच इतरांना मदत देत असतो. लोक त्याला नेता म्हणून स्वीकारतात आणि त्याचे म्हणणे काळजीपूर्वक ऐकतात. तुम्हाला एखाद्या बिझनेसमध्ये यशस्वी व्हायचे असेल, तर तुम्हाला नेता व्हायला हवे, हा बिझनेसचा सिद्धांत आहे.

तुम्ही कोणाही सफल व्यक्तीला पाहा, तुम्हाला त्याच्यात नेतृत्त्वगुण आढळून येतील. आपल्याबाबत लोक काय विचार करतात किंवा काय वाइट बोलतात, याचा ते कधीही विचार करीत नाहीत.

तुम्ही लक्ष द्या, त्यांच्या काम करण्याच्या पद्धतीकडे. ते लोक सतत आपल्या ध्येयाच्या दिशेने जात असलेले आढळून येतील. त्यामुळे ते एका नंतर एक असे

सतत यश मिळवित असतात. याच गुणामुळे लोक त्यांना आपला नेता मानतात. तुम्हालाही या व्यवसायात यशस्वी व्हायचे असेल, तर तुम्हाला लीडर व्हावे लागेल. भूतकाळ विसरून सतत पुढे जाण्याचा संकल्प करावा लागेल.

टीका करणारा महत्त्वाचा नसतो. मैदानात संघर्ष करणाऱ्या व्यक्तीला सर्व श्रेय द्यायला हवे कारण धूळ, घाम आणि रक्ताने आपला चेहरा माखल्यानंतरही तो अतिशय शूरपणे आपल्या ध्येयाच्या दिशेने आगेकूच करीत असतो.
- थियोडोर रुझवेल्ट

★ प्रश्न : दुसऱ्या प्रकारे निराश करणारे काही लोकही काही वेळा भेटतात. 'मोठ मोठी स्वप्ने पाहू नका. या व्यवसायातून काही मिळणार नाही. काही महिन्यातच ही कंपनी पळून जाईल तेव्हा लोक तुलाच धरतील.' अशा वेळी काय करायला हवे?

उत्तर : आपल्या देशात अशा शेकडो कंपन्या आल्या आणि गेल्या. त्यांनी लोकांकडून फक्त पैसे गोळा केले आणि त्याचे पितळ उघडे पडण्याची वेळ आली तेव्हा त्या गायब झाल्या. त्या कंपन्या नेटवर्क मार्केटिंग करीत नव्हत्या की त्यांची काही उत्पादने नव्हती. त्यांचे काही कारखाने नव्हते की त्यांची काही दुकाने नव्हती. या कंपन्या फक्त मेंबर करण्याची स्किम चालवित होत्या. आजही अशा अनेक कंपन्या आहेत, ज्या बेकायदेशीर रित्या अशा स्किम चालवित आहेत. अशा कंपन्या लवकरच बंद होतात किंवा गायब होतात. तुम्ही त्यांना फक्त शोधत राहू शकता.

त्यामुळे नेटवर्क मार्केटिंग कंपनीशी जोडून घेण्यापूर्वी त्या कंपनीची आर्थिक क्षमता किती आहे, ते पाहा. कंपनीचे संचालक कोण आहेत? कंपनी तुमच्याकडून काय घेत आहे आणि त्या बदल्यात तुम्हाला काय देत आहे? कंपनीची उत्पादने काय आहेत? कंपनीचे उत्पादने देऊन तुम्हाला फसविले तर जात नाही ना? तिची उत्पादने सामान्य माणसाच्या गरजेनुसार आहेत की नाहीत तसेच त्यांचा दर्जा समाधानकारक आहे की नाही? त्या कंपनीचे प्रवेश शुल्क जास्त तर नाही ना? कंपनी तुमच्याकडून जितके पैसे घेते तितक्या किमतीचे सामान तुम्हाला देत आहे की नाही? त्या कंपनीची मॅनेजमेंट व्यवस्थित आहे की नाही? कंपनीचे सेंटर तुमच्या घराजवळ आहे की नाही? कंपनीची सर्व उत्पादने त्या सेंटरवर उपलब्ध आहेत की नाहीत? सदर कंपनी बिझनेसच्या बरोबरीने पर्सनॅलिटी डेव्हलपमेंट आणि एज्युकेशनल प्रोग्रामही आयोजित करते की नाही? जर असे काही नसेल, तर अशा प्रकारची कोणतीही कंपनी तुम्ही जॉइन करू नका.

तुमच्या महत्त्वाकांक्षांना मुरड घालू पाहणाऱ्या लोकांपासून नेहमी दूर रहा. क्षुद्र लोक नेहमी हेच काम करीत असतात. दुसरीकडे तुम्हीही ही थोर होऊ शकता यासाठी प्रयत्न करणारे लोक थोर असतात.

- मार्क ट्वेन

★ प्रश्न : काही लोक आपल्याला असेही भेटतात, की जे म्हणतात, 'हा बिझनेस तर चांगला आहे, पण याबाबत आम्ही कोणाला काही सांगू शकत नाही तसेच या बिझनेससाठी कोणाला तयारही करू शकत नाहीत.' अशावेळी आम्ही काय करावे?

उत्तर : आजपर्यंत ते लोक काय करीत आले आहेत, याचा तुम्ही विचार करा.

एखादा चांगला चित्रपट पाहिल्यावर त्यांनी इतरांना त्याबाबत काही सांगितले, एखाद्या डॉक्टराच्या उपचाराने अपेक्षेपेक्षा जास्त फायदा झाल्यावर त्यांनी त्याचे दुसऱ्यांकडे कौतुक केल्यावर, एखाद्या हॉटेलातील जेवण चांगले लागल्यावर त्यांनी त्याची स्तुत केली आहे की नाही? ही सर्व कामे कमी अधिक प्रमाणात आपण सारेच करीत असतो आणि त्याच्या बदल्यात आपल्याला काही मिळतही नाही. नेटवर्क मार्केटिंगची खरी स्तुती केल्यामुळे मात्र तुमच्या घरात काही पैसाही येत असतो आणि तो सतत येत राहतो. अशा वेळी या बिझनेसची दुसऱ्याकडे महत्ती सांगण्यात गैर काय आहे? आजपर्यंत तुम्ही जे काही शिकला आहात, ते कुठे ना कुठे कुणा कडून ना कुणाकडून तरी शिकला आहात. तशाच प्रकारे थोडे काळजीपूर्वक लक्ष घालून तुम्ही हा बिझनेस शिकलात तर तुम्ही दुसऱ्यासमोर याची तारीफ करू शकता. आणि त्यापासून फायदाही मिळवू शकता. दुसऱ्यासमोर या व्यवसायाची स्तुती केल्यामुळेच तुमची आर्थिक बाजू सक्षम होते. त्यासाठी धैर्याचा आवश्यकता आहे. कारण सुरूवातीला तुमच्यावर कोणी विश्वास ठेवणार नाही. पण नंतर तुम्ही आपल्या म्हणण्यावर पूर्णपणे ठाम असता तेव्हा लोक हळूहळू तुमचे म्हणणे ऐकायला लागतात आणि तुमच्यावर विश्वासही ठेवतात.

ज़ीवनात जिंकण्यासाठी फक्त इच्छा असून भागत नाही, तर सकारात्मक विचार, ठाम विश्वास, ठाम निश्चय आणि परिश्रम करण्याची आवश्यकता असते.
- डॉ. आर. के. वर्मा (गुरूदासपूर, पंजाब)

☆ प्रश्न : आपल्याला काही लोक असेही भेटतात, जे म्हणतात, 'हा बिझनेस तर निरूपयोगी आहे. हा बिझनेस जॉइन करणारे पण शेवटी हाती तीन पाने लागलेली अनेक माणसेही आम्हाला माहीत आहेत. त्यांनी हा बिझनेस सोडला.' अशा लोकांना आपण काय उत्तर द्यावे?

उत्तर : अशा लोकांना तुम्ही विरोध करू नका. तुमचे म्हणणे योग्य असल्याचे त्यांना धीराने समजावून सांगा. अनेक लोकांनी हा व्यवसाय स्वीकारला होता आणि अपयशी होऊन सोडूनही दिला होता. पण तेवढ्यावरून हा बिझनेस वाईट असल्याचे सिद्ध होत नाही. तुम्ही एखादे दुकान सुरू केले आणि ते चालवू शकले नाहीत, तर त्यावरून दुकानदारी वाईट असल्याचे सिद्ध होत नाही. खरं तर कोणत्याही व्यवसायतील यश किंवा अपयश त्या व्यक्तीच्या वैयक्तिक कौशल्यावर अवलंबून असते. आपण खूप लायक असल्याचा आणि कोणत्याही व्यवसायातील बारकावे एका नजरेत ओळखू शकत असल्याचा काही लोकांचा भ्रम असतो. असे लोक नेहमी आणि कोणत्याही व्यवसायात अपयशी होतात. हे लोक आपल्या चुकांकडे लक्ष न देता ज्या मध्ये ते अपयशी झालेले असतात, त्या व्यवसायातील दोष दाखवित असतात.

खरं तर या बिझनेसमध्ये अपयशी होणारे बहुतेक लोक तेच असतात, जे बिझनिस सिस्टिम योग्य प्रकारे फॉलो करीत नाहीत. योग्य प्रकारे समजून घेत नाहीत. अथळ आणि अर्धवट माहिती घेऊन स्वतःला सर्व कांही समजले आहे, असे सांगून ते मैदानात उतरतात. त्याचा परिणाम अपयशी होण्यात होतो. तुम्हालाच ज्या सिस्टिमची योग्य माहिती नाही, ती सिस्टिम तुम्ही दुसऱ्याला योग्य प्रकारे कसे सांगू शकाल, याचा जरा विचार करा. असे लोक दुसऱ्यांच्या समस्याचे आणि अडचणींचे समाधान करू शकत नाहीत तेव्हा त्यांचे अर्धवट ज्ञान पाहून लोक त्यांना मुर्खात काढतात. यामुळे ते चिडतात आणि संतप्त होऊन हा बिझनेस ठीक नाही, असे सांगत हा बिझनेसच सोडून देतात. हा बिझनेसच योग्य नसल्याचे थोडा वेळ मान्य केले तरीही दुसरे लोक हाच व्यवसाय यशस्वीरित्या कसे करीत आहेत? गेल्या ५० वर्षांपासून जगभरातील लाखो लोक हा व्यवसाय यशस्वीरित्या कसे करीत आहेत? या बिझनेसमधील बारकावे समजून घेणारे यशस्वी नायक बेबर्ली एल्डर यांचे हे म्हणणे तुम्ही खोटे असल्याचे सिद्ध करू शकत नाहीत की,

अमेरिकेत पाच लाखांहून अधिक करोडपती आहेत आण त्यातील सुमारे २० टक्के लोक गेल्या काही वर्षांत नेटवर्क मार्केटिंगमधून करोडपती झाले आहेत.

नकारात्मक प्रचार करणाऱ्या लोकांकडे लक्ष देऊ नका. पॉझिटिव्ह विचार असणाऱ्यांची संगत करा.जी व्यक्ती या व्यवसायात असफल झाली आहे, त्याला या व्यवसायात आपले मित्र, नातेवाईक किंवा ओळखीचे लोक यशस्वी झाल्याचे आवडणार नाही. कारण त्यामध्ये त्याचा नाकर्तेपणा दिसून येतो. हा बिझनेस योग्य नाही, तर दुसरी व्यक्ती तो सफलतापूर्वक कसा करते, असे लोक विचारू शकतात.या बिझनेसमुळे त्यांच्या घरात सुखाची बरसात कशी होत आहे? त्यामुळे स्वतः आधी ही सिस्टिम पूर्णपणे समजून घ्या आणि नंतरच तिचा स्वीकार करा.

अपयशी लोकांच्या गोष्टी ऐकू नका.

प्रगतीशील विचार असणाऱ्या लोकांची सोबत करा.

नेटवर्क मार्केटिंग बिझनेस तुमच्यासाठी एका नवीन आणि सुखाच्या जगाचे प्रवेशद्वार उघडत आहे, असे समजून आणि त्यावर ठाम विश्वास ठेवून या बिझनेसचा स्वीकार करा.

नेटवर्क मार्केटिंग बिझनेसमध्ये काही वर्षे परिश्रम करायला शिकून तुम्ही पैसा, recognition आणि Self - Confidance मिळवू शकता. त्यासाठी तुम्हाला काही लोकांचा नकार ऐकायचा आहे आणि आपल्या Ego वर नियंत्रण ठेवायचे आहे.

-Mrs. Hetal Bhoi *(Mumbai)*

★ प्रश्न : काही लोक असेही भेटतात, जे सुरूवातीला या व्यवसायावर विश्वास ठेवीत नाहीत. काही विशेष प्रकारे त्यांना विश्वास ठेवायला भाग पाडले तर वरवर ते सहमत असल्याचे दाखवतात, पण अश्वासन

देऊनही ते मिटिंग्ज आणि फंक्शनला हजर राहत नाहीत. अशा लोकांशी कशा प्रकारे वागायला हवे?

उत्तर : मित्रहो, तुम्ही स्वतः व्यवसाय करीत असाल, तर जे लोक वचन पाळत नाहीत, अशांना तुमच्या सोबत ठेवायला तुम्हाला आवडेल का? ज्यांच्या दृष्टिने आपल्याच शब्दाला काही किमत नाही, त्यांच्याकडून तुम्हाला कोणता फायदा होईल? त्यामुळे अशा लोकांच्या बाबतीत फार विचार करण्याची आवश्यकता नाही. असे लोक अस्पष्टता वादी आणि अस्थिर विचारांचे असतात. ते फक्त तुमचा वेळ वाया घालवित असतात. अशा लोकांबाबत तुम्ही परेशान होऊ नका आणि -१०-७-४-१ हे तुमच्या व्यवसायातील सूत्र नेहमी लक्षात ठेवा. तुमच्या प्रयत्नांमुळे अशा प्रकारची एखादी व्यक्ती तुमच्यासोबत जोडली गेली, तर ते तुमचे यश असते, अपयश नसते. दहापैकी एकाही व्यक्तीला तुम्ही परावर्तीत करू शकला नाहीत, तर ती खरी तुमच्यासाठी अडचण होते. इच्छुक नसलेल्या नऊ लोकांच्या मागे तुम्ही धावत राहिलात, आणि त्यापैकी एखाद्या व्यक्तीला तुम्ही बिझनेससाठी राजी करू शकलात, तरी ती व्यक्ती लवकरच बिझनेस सोडूंन देते. त्यामुळे अशा बेजबाबदार लोकाना आपल्या बिझनेसमध्ये आणण्यासाठी आपला मौल्यवान वेळ आणि ऊर्जा वाया घालवू नका. दुसरे दहा लोक निवडा आणि त्यांना आपल्या बिझनेसमध्ये आणण्यासाठी प्रयत्न करा. शेवटचा प्रयत्न म्हणून तुमच्या सिनियर सोबत त्यांची एक मिटिंग नक्की अॅरेंज करा. तरीही ते राजी झाले नाहीत,तर त्यांना विसरून जा. अशा लोकांत आत्मविश्वासाचा अभाव असल्यामुळे ते कोणतेही नवीन काम हातात घ्यायला घाबरत असतात.

नेटवर्क मार्केटिंग बिझनेस एक असा व्यवसाय आहे, जो इच्छा असल्यावर कोणीही व्यक्ती शिकू शकते, शिकून पुढे जाऊ शकते आणि सफलतेच्या मार्गावरून सहजपणे जाऊ शकते.

- संजय धीमान (बडोदरा)

★ प्रश्न : या बिझनेसमध्ये असेही काही लोक भेटतात, त्यांना कितीही समाजावून सांगितले तरीही ते समजतच नाहीत. उलट वाद घालायला लागतात. अशा वेळी आपण काय करावे?

उत्तर : अशा वेळी तुम्ही त्यांच्याशी वाद घालू नका. कारण? तुम्ही त्यांच्याशी वाद घातलात, तर त्यामुळे ते तुमचे म्हणणे तर ऐकून घेणारच नाहीत उलट तुमच्यात कटुता येते. त्यामुळे दोन्ही पक्षांचे नुकसान होते. नेटवर्क मार्केटिंगचे काम जोडणे आहे, मतभेद अथवा फूट पाडणे नाही.

खरं तर नेटवर्क मार्केटिंग आपल्या देशासाठी एकदम नवीन आहे. त्यामुळे लोकांना याबाबत जास्त माहिती नाही. दुसरे म्हणजे आपल्या देशात पिरॅमिड स्कीम आल्या आणि गेल्या. त्यामुळे लोकांच्या मनात अनेक गैरसमज आणि संभ्रम निर्माण झाले आहेत: नेटवर्क मार्केटिंगच्या नावावर अनेक लोक असामाजिक घटकांकडून फसविलेही गेले आहेत. तुम्हाला काही लोक असेही भेटू शकतात, जे एखाद्या नेटवर्क मार्केटिंगशी जोडले गेले. त्यांच्या स्किमनुसार त्यांनी परिश्रम केले, पण नंतर या योजनेचे कर्ते धर्ते अस़लेले मुख्य लोक गायब झाले. त्यामुळे त्यांच्यासाठी दिवस रात्र परिश्रम करणारे मात्र फसविले गेले. त्यामुळे या बिझनेसबाबत सर्व काही माहीत असल्याचा कोणी दावा करीत असेल, तर त्याच्याशी वाद घालू नका. त्याला कोणतीही फसविले असल्याचे समजून घ्या. अशा वेळी फक्त त्याचे म्हणणे ऐकून घ्या. अशी व्यक्ती तुम्हाला तुम्ही या व्यवसायात येऊन तुमचे जीव बर्बाद करीत असल्याचा किंवा अशाच प्रकारचा सल्लाही देऊ शकतो. अशा वेळी फक्त त्याचे म्हणणे ऐका आणि त्यानी दिलेल्या सल्ल्यानुसार गभीरपूर्वक विचार करीत असल्याचे त्याला सांगा; पण त्याचबरोबर या व्यवसायाता यशस्वी होऊन त्याचे सर्व भ्रम दूर करण्याची मनातल्या मनात प्रतिज्ञा करा. अशा लोकांशी

बोलल्यामुळेही तुम्हाला एक प्रकारचे सामर्थ्य मिळत असते. तुम्हाला योग्य वाटत असेल, तर तुमच्या सिनियरशी त्याची एकदा भेट घालून द्या. त्याला तुमच्या बिझनेस सेंटरवर घेऊन जा आणि त्याला तुमची उत्पादने दाखवा. त्याला काहीही सांगू नका. उलट त्याला स्वतः सर्व पाहून खात्री करून घेऊ द्या. त्यामुळे कदाचित भविष्यात तुमच्याशी जोडून घेण्याकडे त्याचा कल निर्माण होऊ शकतो. त्यामुळे उगीच वाद विवाद करून दुरावा निर्माण होऊ देऊ नका.

फक्त शारीरिक श्रम करणारे लोकच अयशस्वी होत असतात. या उलट जे लोक आपले काम एकाग्रतेने आणि मन लावून करीत असतात, ते नक्कीच यशस्वी होत असतात.
- माधव सिंग कुशवाह (आग्रा, उ. प्र.)

★ प्रश्न : काही लोक असेही भेटतात, त्यांना लाख समाजावून सांगितले तरीही ते समजून घ्यायला तयार नसतात. आपल्या विचारात काही परिवर्तन करण्याची त्यांची तयारी नसते. अशा लोकांना कसे ट्रीट करावे?

उत्तर : अशा लोकांसाठी तुम्ही आपला वेळ उगीच वाया घालवू नका. काळासोबत न बदलण्याची ज्या लोकांनी शपथ घेतली असते, त्यांना तुम्ही कोणत्याही प्रयत्नाने बदलू शकत नाहीत. उपाशी राहण्याची वेळ आली तरीही असे लोक बदलत नाहीत.

याबाबतीत मला एक घटना आठवते. आजपासून ५०-६० वर्षांपूर्वी स्वित्झर्लँडमध्ये तयार होणाऱ्या घड्याळी सर्व जगात जास्त विक्री होणाऱ्या घड्याळी होत्या. त्या सर्वश्रेष्ठ आणि सर्वोत्तम क्वालिटीच्या असल्याचे समजले जात होते. त्यावेळी त्या कारखान्यात ८० हजार लोक काम करीत होते. जवळपास ८०

टक्के घड्याळ बाजारावर स्वीस कंपनीचा ताबा होता.

१९५० च्या दशकाच्या सुरूवातीला एका व्यक्तीने डिजिटल घड्याळ विकसित केली आणि तो स्वीस कंपनीत गेला. त्या कंपनीने डिजिटल घड्याळीचा तो नवीन पर्याय स्वीकारला नाही. जगभरात आपणच सर्वश्रेष्ठ घड्याळीचे निर्माण करू शकतो आणि आपल्यासमोर कोणतेही नवीन तंत्रज्ञान टिकू शकत नाही, असा त्या स्वीस कंपनीचा विचार होता.

त्यांचा विचार चुकीचा होता, असे नाहीः पण त्यावेळी सर्व जगात इलेक्ट्रॉनिक क्रांतीचा उदय होत होता. डिजिटल घड्याळ ही त्याचीच एक नांदी होती. त्या कंपनीने इलेक्ट्रॉनिक क्रांतीचा हा आवाज ऐकला नाही आणि त्या संशोधकाला परत पाठविले.

तो व्यक्ती दुसरी घड्याळ निर्मिती करणारी कंपनी 'सिको' कडे गेला. सिको कंपनीने तो प्रस्ताव स्वीकारला आणि एकाहून एक सरस अशा स्वस्त घड्याळी बाजारात आणल्या. आज तुम्ही पहात आहात की इलेक्ट्रानिक घड्याळींनी ८० टक्के घड्याळ बाजारावर ताबा मिळविला आहे. चाबीवाल्या घड्याळींचा काळ मागे पडला आहे. आज परिस्थिती अशी आहे, की स्वीस घड्याळ कंपनीत फक्त १०-१५ हजार कर्मचारी काम करतात.

यावरून हेच सिद्ध होते की जे काळासोबत चालत नाहीत, ते नष्ट होतात.

वाचण्यासाठी घेतलेल्या पुस्तकांवर केलेला खर्च आपण खर्चात टाकू नये, कारण आपण केलेली ती अशी गुंतवणूक असते, ज्याचे रिटर्नस आपल्याला त्या पुस्तकातून शिक्षण घेतल्यानंतर अनेक पटीने जास्त मिळतात.

- डॉ. ॲन्थनी फर्नांडिस (गोवा)

☆ प्रश्न : मी एक नेटवर्क कंपनी जॉइन केली आहे. कंपनी जॉईन करण्यापूर्वी माझ्या अपलाइनने मला सांगितले होते, की कंपनीची सर्व उत्पादने अतिशय चांगली आहेत. आता मी आणि माझे डाउन लाइन तसेच इतर लोक ही उत्पादने वापरायला लागलो आहोत, तेव्हा प्रॉडक्टच्या क्वालिटीच्या अनेक तक्रारी येताहेत. अशा वेळी मी काय करू?

उत्तर : चांगली उत्पादने देण्याचे आश्वासन देऊनही कंपनी चांगली दर्जेदार उत्पादने देत नसेल, तर तुमच्या अपलाइन लीडर्सशी बोलून कंपनीच्या मॅनेजमेंटशी बोला आणि असे का होते, ते विचारा. तसे तर नेटवर्क मार्केटिंगचे पहिले तत्त्व हेच आहे, की कंपनीने आपल्या उत्पादनाच्या दर्जाकडे आणि गुणवत्तेकडे लक्ष द्यायला हवे. प्रत्येक मोठ्या कंपनीत एक क्वालिटी कंट्रोल युनिट असते. तिथे त्या उत्पादनाची गुणवत्ता तपासली जाते. कंपनी जर तुमच्या अडचणीकडे लक्ष देत नसेल, तर याचा सरळ अर्थ असा आहे, की कंपनी फक्त आपल्या फायद्याचा विचार करीत आहे. ती नेटवर्क मार्केटिंग सिस्टिम फॉलो करीत नाही. त्यामुळे अशा प्रकारच्या कंपनीपासून दूर रहा.

**या व्यवसायात यश तेव्हाच मिळविता येते,
जेव्हा तुम्ही विचारपूर्वक योग्य कंपनीची निवड करता
आणि नंतर या व्यवसायातील नीती नियमांचे योग्य
प्रकारे आकलन करून घेऊन या व्यवसायासाठी
स्वतःला पूर्णपणे समर्पित करता.
- माधव सिंग कुशवाह** (आग्रा, उ. प्र.)

अडचणींचा सामना करण्याची आपली तयारी असेल, तर जगातील सर्वात मोठे यश आपल्यासाठी तयार असते. कारण आपल्या समोर येणारी कोणतीही अडचण आपल्यातील एक शक्ती जागृत करून जात असते.
- प्रभू लाल **वाँगी** (माउली, राजस्थान)

☆ प्रश्न : यापूर्वीही मी दोन तीन नेटवर्क कंपन्या जॉइन केल्या होत्या. त्यात मला बऱ्यापैकी पैसा मिळाला मात्र माझ्या टिमच्या सदस्यांना फार काही मिळू शकले नाही. मला आता दुसरी कंपनी जॉइन करण्याची इच्छा आहे, पण माझ्या टिममधील लोकांना सोबत घेण्यासाठी मी घाबरतो. अशा वेळी मी काय करू?

उत्तर : यापूर्वीही तुम्ही दोन तीन नेटवर्क कंपन्या जॉइन केलेल्या आहेत, त्यामुळे आता तुम्ही कोणत्या कंपनीशी जोडून घ्यायला हवे, हे ओळखण्यात तुम्हाला आता काही अडचण येऊ नये. मागच्या अनुभवातून तुम्ही खूप काही शिकला असाल, त्याचा फायदा आता यावेळी करून घ्या. आतापर्यंत तुम्हाला नेटवक७चे सामर्थ्य कळाले असेल. त्यामुळे आता एखाद्या चांगल्या नेटवर्क मार्केटिंग कपंनीची निवड करण्यात आता तुम्हाला काही अडचण येणार नाही, असे मला वाटते.

तुमच्या आधीच्या टिमला तुमच्यासोबत घेण्याचा प्रश्न तुमचे त्या टिमशी कशा प्रकरचे संबंध होते, तुम्ही त्यांच्याशी कशा पद्धतीने वागत होतात आणि वेळोवेळी त्यांना कशा प्रकरचे सहकार्य केले, यावर अवलंबून आहे. तुम्ही आणि तुमची टिम यांच्यात चांगल्या प्रकारचे संबंध असतील, तर तुमची टिम आताही तुमच्यासोबत

येण्यास काहीही अडचण नाही. मला अशा प्रकारचे अनेक लोक माहीत आहेत, ज्यांनी आधी एखादी नेटवर्क मार्केटिंग कंपनी जॉइन केली होतीस, पण तिथे त्यांना फारसे यश मिळाले नव्हते. त्यामुळे त्यांची पूर्ण टिम विखुरली होती. नंतर पुन्हा ते दुसऱ्या चांगल्या नेटवर्क कंपनीशी जोडले गेले. त्यावेळी ते आपल्या टिमलाही आपल्या सोबत घेऊन गेले आणि आज ते अतिशय चांगल्या यशस्वी प्रकारे नेटवर्क मार्केटिंग करीत आहेत. त्यामुळे तुम्हीही एखाद्या चांगल्या नेटवर्क मार्केटिंग कपंनीची निवड करून टिमलाही आपल्या सोबत घेऊन जाऊ शकता.

आपल्या व्यवसायाशी ज्याला जोडून घ्याल, त्याला मिळालेले यश हे आपले यश समजा आणि त्याला यशस्वी करण्यासाठी शक्यतो सर्व प्रयत्न करा. त्याला योग्य मार्गदर्शन करा आणि त्याच्या सर्व जबाबदाऱ्या जाणून घ्या.

- सुखवीर सिंग खालसा (नवा शहर, पंजाब)

☆ **प्रश्न : माझी डाउन लाइन व्यवस्थित प्रकारे काम करीत नाही. तसेच ते लोक माझा आदरही करीत नाहीत. मी त्यांना या चांगल्या व्यवसायात गेऊन आलो तरीही ते लोक मला योग्य सन्मान देत नाहीत, तसेच गांभिर्याने काम करीत नाहीत, याचे मला खूप वाईट वाटते.**

उत्तर : असे असेल, तर त्यात तुमचीच चूक आहे. वास्तविक पाहता तुम्ही इतका चांगला बिंझनेस मिळवून दिल्यामुळे डाउन लाईन तुमची आभारी असायला हवी आणि त्यांनी तुम्हाला एखाद्या 'गुरू' प्रमाणे सन्मान द्यायला हवा. असे होत नाही, याचा साधा अर्थ असा की तुमचेच कुठे ना कुठे काही चुकत आहे. म्हणजे-

तुमच्या प्रशिक्षणात काही ना काही उणिव राहिली आहे.

तुम्ही त्यांना योग्य प्रकारे प्रशिक्षित करू शकला नाहीत की समजावू शकला नाहीत.

तुमच्या डाऊन लाइन समोर तुम्ही एखादी चुकीची गोष्ट केली असेल, त्यामुळे त्यांच्या नजरेत तुमची प्रतिमा उतरली असेल.

खरं तर होते असे, की काही लोक आपल्या डाउन लाइनसमोर उगीच आपल्या वैयक्तिक अडचणी उगाळत बसतात. किंवा आपल्या आर्थिक अडचणीचे रडगाणे गात बसतात. त्यामुळे तुमच्या बाबत आणि व्यवसायाबाबत समोरच्या व्यक्तीला चुकीचा संदेश जातो.

या व्यक्तीसाठी जो बिझनेस मानसिक त्रासाचे कारण झाले आहे, त्याच बिझनेसमध्ये हा आपल्याला ढकलीत असल्याचे त्याला वाटू शकते. किंवा ज्या बिझनेसमुळे या व्यक्तीला आर्थिक यश मिळाले नसून जो इकडे तिकडे हात मारीत फिरत आहे, तो बिझनेस केल्यामुळे आपले कसे काय भले होईल?

बस, अशाच प्रकारच्या समजामुळे त्यांच्या मनात तुमच्याविषयी नावड, अपमान किंवा नावडीचे भाव निर्माण होतात. याच कारणामुळे ती व्यक्ती बिझनेसमध्ये पारसा रस घेत नाही आणि तुम्हाला सन्मानही देत नाही.

नेहमी लक्षात ठेवा-

डाउनलाइन समोर तुमची कोणतीही समस्या मांडू नका.साधा उल्लेखही करू नका.

आर्थिक अडचणीचे रडगाणे कधीही त्यांच्यासमोर मांडू नका.

कितीही अवघड परिस्थिती आली तरी त्यांच्यासमोर हात पसरू नका.

त्यांच्यासमोर कधीही निराशाजनक बोलू नका.

बिझनेसमधील एखादी उणिव किंवा एखादा कमकुवत मुद्दा यांचा त्यांच्यासमोर चुकूनही उल्लेख करू नका.

आपल्या समस्या नेहमी अपलाइन किंवा ॲक्टिव्ह अपलाइन समोर मांडा आणि त्यांच्याकडून समाधान करून घ्या.

तुम्हाला एखादी आर्थिक अडचण असेल, तर तुमच्या अपलाइनला सांगा आणि त्याच्याकडे मदत मागा.

एखादा निराशाजनक रिचार तुमच्या मनात आला तर तो तुमच्या अपलाइनला सांगा म्हणजे ते त्यावर समाधान शोधून देतील.

बिझनेसशी संबंधित एखादा कमकुवत मुद्दा तुमच्या लक्षात आला असेल, तर तो तुमच्या अपलाइनला सांगा.

तुमच्या डाउनलाइनशी नेहमी सकारात्मक बोला. त्यांचा उत्साह वाढवा. आपले काम करण्यासाठी त्यांना काही अडचणी येत असतील, तर त्या अडचणी दूर करण्यासाठी प्राणपणाने प्रयत्न करा.

नेटवर्क मार्केटिंग बिझनेस नावाच्या समुद्रात तुम्ही जितक्या खोलवर जाल, तितके जास्त तुम्ही स्मार्ट, समजूतदार आणि सफल होत जाता. कारण या व्यवसायाच्या खोलात जाऊनच आपण हा व्यवसाय समजू शकतो आणि यशस्वी होऊ शकतो.

- बी. के. राणा (दिल्ली)

★ प्रश्न : मी अनेक लोकांना या व्यवसायात आणले , पण कोणीही काम करीत नाही, अशा वेळी मी काय करू?

उत्तर : या बिझनेसमध्ये एखाद्याला आणले म्हणून काही होत नाही. त्यामुळे कोणालाही बिझनेस प्लॅन समजावून सांगितल्याशिवाय बळजबरीने या व्यवसायात आणू नका. ज्या व्यक्तीला हा बिझनेस समजतो, तिच व्यक्ती या बिझनेसमध्ये काम करू शकते, हे नेहमी लक्षात ठेवा. त्यासाठी सर्वात आधी तुम्ही हा बिझनेस शिका आणि समजून घ्या. नंतरच् दुसऱ्याला शिकविण्याचा प्रयत्न करा. फक्त जास्तीत जास्त लोक तुमचा बिझनेस जॉइन कसा करतील, यासाठी काम करू नका. मी यापूर्वीही हे स्पष्ट करून सांगितले आहे, की हा बिझनेस काही फक्त

लोकांना जोडण्याचा नाही. हा एक लीडरशीप डेव्हलपमेंटचा बिझनेस आहे. त्यामुळे यामध्ये यश मिळविण्यासाठी एखाद्या चांगल्या ट्रेनरकडून या व्यवसायातील बारकावे समजून घ्या. मगच इतरांना त्यासाठी प्रेरित करा. त्याचबरोबर कंपनीची सिस्टिम फॉलो करा. तुम्हाला नक्कीच यश मिळेल.

या बिझनेसबाबत जॉर्मन लियोनार्ड यांचे हे म्हणणे अतिशय योग्य आहे, की 'या बिझनेसचे नाव आहे- गर्दी म्हणजे संख्या.'

पण ही गर्दी दिखाऊ नसावी. बिनकामाच्या आणि व्यर्थ लोकांची नसावी. काम करण्यासाठी उत्सुक आणि उत्साही असलेल्या लोकांची असावी.

**दुसऱ्या संशोधकांची अडचण ही आहे,
की एका प्रयोगात अपयशी झाल्यावर ते पराभव
मान्य करतात. मी मात्र मला जे हवे आहे,
ते मिळत नाही तोपर्यंत प्रयोगच करीत राहतो.
- थॉमस अल्वा एडिसन**

✯ प्रश्न : नुकताच मी नेटवर्क मार्केटिंग बिझनेस सुरू केला आहे. माझी आर्थिक परिस्थिती फारशी चांगली नसतानाही मी कशी तरी कंपनी कीट खरेदी केली आणि तन-मनाने कामाला सुरूवात केली. कोणताही बिझनेस सुरू केल्याबरोबर पैशांचा पाऊस पडत नाही, हे मलाही कळते. मी खूप जीव तोडून परिश्रम करतो, तरीही आता परिस्थिती अशी आहे, की आर्थिक तंगीमुळे या बिझनेसशी संबंधित मिटिंग्ज, प्रोग्राम आणि सेमिनार अंटेड करण्यासाठी तिकिट खरेदी करायलाही माझ्याकडे पैसे नसतात. त्यामुळे इच्छा असूनही मला मन मारावे लागते. मी यशस्वी होऊ शकेन? अशा वेळी मी काय करू?

- **संजय कुमार** (संगम विहार, दिल्ली)

उत्तर : ज्याने आपल्या मनात यशस्वी होण्याचा ठाम निर्धार केला आहे, त्याला यशस्वी होण्यापासून जगातील कोणतीही शक्ती आडवू शकत नाही. त्यासाठी फक्त धैर्य आणि सारासार विचाराची आवश्यकता असते. तुम्ही एक संघर्षशील व्यक्ती असल्याचे तुमच्या प्रश्नावरूनच कळते. त्यामुळे तुम्ही नक्की यशस्वी व्हाल. मार्ग मी तुम्हाला सांगतो. सर्वात पहिली गोष्ट म्हणजे तुमची ही अडचण तुमच्या अपलाइनला मोकळेपणाने सांगा. त्याच्या सहकार्याने तुमच्या भागात एखादी बिझनेस मिटिंग, सेमिनार किंवा एज्युकेशनल प्रोग्राम आयोजित करा. खूप मोठ्या प्रमाणात शक्य नसले, तरीही लहान प्रमाणात करा. त्याचा प्रचार अशा प्रकारे करा, की जास्तीत जास्त प्रगतीशील आणि उत्साही ोलक तुमच्या या कार्यक्रमात सहभागी होऊ शकतील. या आयोजनासाठी तुम्ही एक तिकिट दर नक्की करा. तो फार जास्त किंवा फार कमी असू नये. या आयोजनाच्या ठिकाणी तुम्ही नेटवर्क मार्केटिंग टूल्स विक्रीची व्यवस्था करा. शक्य असेल, तर तुम्ही स्वतःचे हे साहित्य (पुस्तके, कॅसेटस् इ.) विकण्याची व्यवस्था करा. या बाबतीत तुमचा अपलाईन तुम्हाला नक्की मदत करीन, याची मला पूर्ण खात्री आहे. तसेच त्याचा अपलाईनही याच्याशी सहमत होऊन तुम्हाला सर्व सहकार्य करेन. कारण तुमच्या या प्रयत्नांमुळे बिझनेस वाढणार असेल, तर त्याचा लाभ त्यांनाही होणार आहे. अशा प्रकारे या कार्यक्रमाच्या वेळी झालेल्या तिकिट आणि टूल्स विक्रीतून तुम्हाला आर्थिक फायदा होईल. त्यामुळे लवकरच या आर्थिक तंगीतून बाहेर येऊन तुम्ही वेगाने यशाच्या पायऱ्या चढत जाल. याचा दुसरा फायदा असा होईल, की असे सेमिनार, मिटिंग आणि एज्युकेशनल प्रोग्राम आयोजित केल्यामुळे तुमचे डाउनलाईन प्रेरीत होतील. त्यांचा आत्मविश्वास वाढेल. त्यामुळे ते अधिक चांगल्या पद्धतीने बिझनेस करू शकतील. अशा प्रकारे तुमचा एकूण बिझनेस वाढल्यामुळे तुम्हाला आर्थिक स्वातत्र्य

मिळू शकेल. त्याचबरोबर तुमची अप आणि डाउन अशा दोन्ही लाइन फायद्यात राहतील. तुम्ही त्यांच्यासाठी एक आदर्श व्हाल.

सफलता कधीही कोणाचे वय, जात, धर्म, लिंग आणि शिक्षण पाहत नाही. ती फक्त त्या व्यक्तीची स्वप्ने आणि ती साकार करण्यासाठी त्याचे कर्म, निष्ठा, आस्था, सकारात्मक दृष्टिकोन, आत्मविश्वास, जोश आणि उत्साह पाहते.
- संतोष कुमार चाहर (आग्रा)

★ प्रश्न : आपल्या डाउनलाइनशी आपण कशा प्रकारे वागायला हवे?

उत्तर : तुमच्या डाउन लाइनशी तुमचे वागणे अतिशय सहकार्याचे असायला हवे. त्याची प्रत्येक समस्या आणि अडचण दूर करण्यासाठी तुम्ही प्रयत्न करायला हवेत. त्याचा आत्मविश्वास आणि मनोबल वाढविण्यासाठी तुम्ही सतत प्रयत्न करायला हवेत. तुमच्या डाउन लाइनचा आत्मिक विकास म्हणजे तुमच्या बिझनेसचा विकास असतो. त्यामुळे त्याचा उत्साह आणि मनोबल वाढविण्यासाठी तुम्ही सतत प्रयत्न करायला हवेत. बिझनेस मिटगिंसाठी त्याला तुमच्यासोबत घेऊन जा. फंक्शन्स आणि एज्युकेशनल प्रोग्रामला तुमच्यासोबत घेऊन जा. त्यामुळे त्याचा आत्मविश्वास वाढतो.

अनेक वेळा तुमच्या डाउनलाईनला काही आर्थिक समस्या असल्याचे आढळून येते. अशा वेळी फक्त दुःख व्यक्त करून तुम्ही स्वस्थ बसू नका. तसेच त्याच्या समस्येशी तुम्हाला काही घेणे देणे नाही, असे त्याला वाटू देऊ नका. माझ्या मते तर तुम्ही त्याला शक्य ती सर्व मदत करून त्याला आर्थिक अडचणीतून बाहेर

काढायला हवे. संकटमुक्त झाल्यामुळे तो अधिक उत्साहाने काम करू शकेल आणि त्याचा तुम्हालाही फायदा होऊ शकेल.

आणखी एक महत्त्वाची गोष्ट अशी की तुमच्या डाऊन लाइनला तुमचा मदतनीस समजू नका, तर त्याला तुमचा बिझनेस पार्टनर समजा. तो तुमचा बिझनेस पार्टनर असून तुमचा कर्मचारी किंवा नोकर नाही. तुमच्या डाऊन लाइनने तन मनाने काम केले तर त्याचा त्याला जितका फायदा होतो, तितकाच तुम्हालाही होत असतो, हे नेहमी लक्षात ठेवा.

इथे आणखी एक गोष्ट नेहमी लक्षात ठेवा, की तुमच्या डाउनलाइन समोर कधीही तुमच्या समस्या मांडू नका. तसेच तुमच्या आर्थिक अडचणींचे रडगाणे तर त्यांच्यासमोर कधीही मांडू नका. (कितीही कठीण परिस्थिती आल्यावर सुद्धा) त्याच्याकडून आर्थिक मदत घेण्याचा कधीही प्रयत्न करू नका. तुमच्या बिझनेसमधून तुम्हाला खूप मोठ्या प्रमाणात फायदा होत असल्याचेच त्याला नेहमी जाणवू द्या. तुम्ही डाउनलाइनशी पैशाच्या गोष्टी करता तेव्हा त्याला सहजच असे वाटू शकते, की माझ्या अपलाइनला जर आर्थिक तंगी असेल, तर या बिझनेसमध्ये गेल्यावर मला कसे काय आर्थिक स्वातंत्र्य मिळेल? त्यामुळे त्याला या बिझनेसबद्दल काहीच आस्था वाटणार नाही आणि त्याच्यावर तुम्ही घेतलेली सर्व मेहनत वाया जाईल.

ज़्या दिवशी तुम्ही स्वतःच्या सर्व जबादाऱ्या स्वीकारता, ज्या दिवसापासून कारणे सांगणे बंद करता, त्याच दिवसापासून शिखराच्या दिशेने तुमचा प्रवास सुरू होतो.
- ओ. जे. सिम्पसन

★ प्रश्न : माझा अपलाइन मला मदत करीत नाही. म्हणजे तो माझ्या अडचणी ऐकून घेत नाही, तसेच त्या सोडविण्यासाठी तो मला काहीही मदत करीत नाही. अशा वेळी मी काय करू?

उत्तर : हे बघा, तुमची ही तक्रार अनेक प्रकारे रास्त नाही. तुमच्या अपलाइनवर कोणत्याही प्रकरचा आरोप करण्यापूर्वी तुम्ही असा विचार करायला हवा, की तुम्हाला शंभर टक्के आर्थिक स्वातंत्र्य मिळवून देणारा एक अतिशय सुंदर आणि चांगला व्यवसाय त्याने तुम्हाला मिळवून दिला आहे. तुमच्या विकासाचा मार्ग त्याने दाखवून दिला आहे. तुम्ही तुमच्या अपलाइनवर अवलंबून राहण्याऐवजी तुम्ही स्वतः बिझनेसच्या एज्युकेशनल सिस्टिम आणि इतर साधनांच्या सहाय्याने, मिटिंग, सेमिनार, फंक्शन, कॅसेट, पुस्तके याच्या सहाय्याने स्वतःलाच इतके सक्षम करा, की तुमच्या समस्या तुम्ही स्वतःच सोडवू शकाल.

या बिझनेसमध्ये तुमची लायकी स्वतंत्र बिझनेस करणाऱ्या व्यक्तीची आहे, हे तुम्ही कधीही विसरता कामा नये. म्हणजे तुम्ही स्वतंत्ररित्या हा बिझनेस करीत आहात. तुम्हाला त्यात यशस्वी व्हायचे असेल, तर या व्यवसायाची काळजी तुम्ही स्वतः घ्यायला हवी.

जरा आठवा, लहानपणी तुम्ही वडिलधाऱ्या माणसाचे बोट धरून चालत होतात. मग हळूहळू स्वतः चालायला शिकलात. नंतर मग तुम्ही स्वतःला अशा प्रकारे समर्थ केले की मग तुम्हाला चालण्यासाठी कोणाचे बोट धरण्याची गरजच उरली नाही. आज तुम्ही तुमच्या मनाने धाऊ शकता. अशाच प्रकारे तुम्ही स्वतःच तुमच्या समस्या सोडवा. एखादी समस्या सोडविण्यास तुम्ही खरोखरच सक्षम नसाल, तुमचा अपलाइनही तुम्हाला मदत करू शकत नसेल, तर अशा वेळी तुम्ही तुमच्या ॲक्टिव्ह अपलाइनची मदत घेऊ शकता.

या व्यवसायाशी संबंधित सेमिनार, मिटिंग्ज आणि एज्युकेशनल प्रोग्रामला तुम्ही नियमितरित्या हजर राहत असाल, बिझनेसशी संबंधित प्रेरक पुस्तकाचा चांगला अभ्यास करीत असाल तसेच योग्य वेळ देऊन कॅसेटस ऐकत असाल, तर तुम्ही स्वतः सोडवू शकणार नाहीत, अशी कोणतीही समस्या असूच शकत नाही.

या व्यवसायात वारंवार अपयशी झाल्यानंतरही यश मिळविण्यासाठी जी व्यक्ती सातत्याने प्रयत्न करीत राहते आणि आपला धीर खचू देत नाही, त्याला या व्यवसायातील सर्वोच्च सफलता मिळते.
- सुरेंद्र वत्स (जींद, हरियाणा)

★ प्रश्न : ॲक्टिव्ह अपलाईन म्हणजे काय?

उत्तर : एकदा हा बिझनेस जॉइन केल्यानंतर तुम्ही अनेक लोकांना या व्यवसायाशी जोडता. तुम्ही ज्यांना या व्यवसायात आणता त्यांना तुमची डाउन लाइन म्हणतात. अशाच प्रकारे तुम्हाला ज्याने या व्यवसायात आणले आहे, त्यालाही कोणीतरी अशाच प्रकारे या व्यवसायात आणलेले असते. अशा प्रकारे तुमच्या अपलाइनमध्ये तुमच्या आधी हा बिझनेस जॉइन केलेले अनेक लोक असू शकतात. या तुमच्या अपलाइनमधील ज्यांनी हा बिझनेस योग्य प्रकारे समजून आणि शिकून घेतला आहे, तसेच विचारपूर्वक हा बिझनेस समजून घेऊन फॉलो करीत आपल्या सर्व डाउन लाइन्सना मदत करीत आहेत, त्यांना पाठींबा देत आहेत, त्यांनाच आपण ॲक्टिव्ह अपलाइन म्हणतो.

सफलतेचे काही रहस्य असेल, तर हे आहे की एखाद्या घटनेकडे फक्त तुमच्यात दृष्टिने नाही, तर समोरच्या व्यक्तीच्या दृष्टिनेही पाहा.
- हेन्री फोर्ड

★ प्रश्न : क्रॉस लायनिंग कशाला म्हणतात, ते जरा विस्ताराने सांगा.

उत्तर : क्रॉस लायनिंगचा अर्थ आहे, याच व्यवसायातील दुसऱ्या टिममध्ये घुसखोरी करणे. हे असे समजून घ्या. तुमचा एक अपलाइन आहे. त्याचा आणखी एक अपलाइन आहे. त्याला आपण ॲक्टिव्ह स्पॉन्सर म्हणतो. तुमच्या ॲक्टिव्ह

स्पॉन्सरची टीम तुमच्या अपलाइनपासून सुरू होऊन तुमच्यापर्यंत येते आणि तुमच्या डाउनलाईनद्वारे पुढे सरकते. आता ही तुमची टिम झाली. ही तुमची टिम म्हणजे जिच्यात तुम्ही असता. अशाच प्रकारे तुमच्या ॲक्टिव्ह स्पॉन्सरच्या समकक्ष काही सदस्य असून त्यांनीही आपली एक वेगळी टिम तयार केली आहे. आता तुम्ही तुमची टिम सोडून त्याच्या टिममध्ये जाता तेव्हा त्याला क्रॉस लायनिंग म्हणतात. क्रास लायनिंग केल्यामुळे तुमचे नेहमी नुकसानच होते, ही गोष्ट नेहमी लक्षात ठेवा. एकाच क्षेत्रात सारखाच व्यवसाय करणाऱ्या दोन व्यावसायिकांमधील स्पर्धेसारखे आहे. त्यामुळे दुसऱ्या टिम मधील लोकांशी कधीही आपल्या व्यवसायाबाबत बोलू नका. तसेच दुसऱ्या लाइनमधील लोकांचा बिझनेस खराब करण्याचा कदी विचार करू नका. तसेही तुम्ही जर दुसऱ्याचे यश पाहून जळफळाट करीत असाल, तर तुम्ही कधीही यशस्वी होऊ शकत नाहीत. त्यामुळे तुम्ही नेहमी तुमच्याच टीममध्ये राहा आणि तुमच्या डाउनलाइनला नेहमी व्यवसायासाठी प्रेरीत करा. तुमच्या अपलाइनचा नेहमी सन्मान करा आणि तुमच्या सर्व समस्या त्यांना नेहमी सांगत जा.

या व्यवसायात यश मिळविण्यासाठी कधीही चुकीच्या पद्धतीचा अवलंब करू नका. बिझनेसच्या नियमांचे नेहमी प्रामाणिकपणाने पालन करा.
- हॅप्पी शेख (परवानू, हि.प्र.)

★ प्रश्न : तुम्ही सांगितलेली क्रॉस लायनिंग मला कळाली. दुसऱ्या क्रास लाइनच्या वतीने आयोजित करण्यात येणाऱ्या मिटिंग्ज आणि एज्युकेशनल प्रोग्राम्स खूप चांगले असतात आणि त्यात खूप काही शिकविले जात असल्याचे आम्हाल कळले आहे. दुसरीकडे आमचा अपलाईन आमच्या क्रासलाइनच्या वतीने आयोजित केलेल्या कार्यक्रमाना स्वतः जात नाही की आम्हाला जाऊ देत नाही. अशावेळी आम्ही काय करावे?

उत्तर : तुमच्या बिझनेसबाबत तुमच्या क्रॉसलाइनशी काहीही बोलू नका, असे मी तुम्हाला सांगितले आहे. तसेच त्यांच्याबाबत कधीही नकारात्मक विचार करू नका किंवा त्यांना हानी पोहचविण्याचा विचार करू नका, असेही मी म्हणालो आहे. तुमच्या क्रॉसलाइनने आयोजित केलेल्या एज्युकेशनल प्रोग्राम्सला जाऊ नका, असे मी कधीही म्हणालो नाही. उलट अशा कार्यक्रमााल तुम्ही आवश्य जायला हवे, असे माझे मत आहे. त्या कार्यक्रमांमधून जितके जास्त शिकायला मिळेल, तितके शिका. जितका फायदा करून घेता येईल तितका घ्या. कारण? तुमची टिम अजून जिथपर्यंत पोहचली नसेल, तिथे तुमची क्रॉस लाइन खूप पुढे गेली असेल आणि य़शस्वीरित्या मिटिंग्ज आणि एज्युकेशनल प्रोग्राम करीत असेल. अशा वेळी तुम्ही तुमच्या टिमला घेऊन त्या कार्यक्रमाला जाऊ शकता आणि त्याचा फायदा करून घेऊ शकता. आता तुमच्या अपलाइनबद्दल बोलू. तुमच्या क्रासलाइनच्या वतीने आयोजित कार्यक्रमाला जाण्यास तुमचा अपलाइन मज्जाव करीत असेल, तर त्याच साधा अर्थ असा आहे, की त्याला योग्य प्रकारे ज्ञान नाही. अशा परिस्थितीत तुम्ही त्याच्याही वरच्या म्हणजे ॲक्टिव्ह अपलाइनशी सल्लामसलत करू शकता. त्यांच्याकडून तुम्हाला नक्की योग्य मार्गदर्शन मिळेल.

माझ्या तरुणपणी दहापैकी नऊ कामात
मी अपयशी होत असे. माझे जीवन अपयशी
व्हावे, असे मला वाटत नव्हते म्हणून मी
दहापट अधिक काम केले.
- जॉर्ज बर्नार्ड शॉ

★ प्रश्न : माझ्या डाउनलाईन मध्ये असाही एक माणूस आहे, जो खूप मेहनती असून मोठ्या प्रमाणात नवीन जॉयनिंग्जही आणतो. पण अधून

मधून तो नव्या सदस्यांचे पैसे खर्च करतो तसेच काही सदस्यांना खोटी कारणे सांगून त्यांच्याकडून उसने पैसे घेतो. मग अनेक महिने त्यांना तोंड दाखवित नाही. त्या लोकांकडून मला त्याच्याविरूद्ध सतत तक्रारी येतात. या माणसाला कशा प्रकारे समजावून सांगू? त्याचे असे वागणे माझ्या टिमसाठी हाणीकारक होऊ शकते का?

उत्तर : निःसंशय तो नुकसानदायी आहे. अशा लोकांपासून तुम्ही पूर्णपणे सावध असायला हवे, असा माझा सल्ला आहे. आता तो तुमच्या टिममध्ये सहभागी झाला आहे. तसेच नवीन जॉयनिंग आणण्याची त्याच्यात क्षमता असल्याचे आढळून आले आहे, त्यामुळे आधी तुम्ही त्याला बिझनेसच्या सामर्थ्याबाबत चांगले समजावून सांगा. त्याने प्रामाणिकपणे हाच व्यवसाय केला, तर त्याच्या आर्थिक अडचणी नेहमीसाठी समाप्त होतील, हे त्याला सांगा. चांगल्या एज्युकेशनल प्रोग्रामला त्याला सोबत घेऊन जा. जगातील इतर सर्व बिझनेसप्रमाणे हा बिझनेसही प्रामाणिकपणाच्या पायावरच उभा असल्याचे त्याला सांगा. अप्रामाणिकपणाने वागून तुम्ही आजच्या अडचणीवर मात करू शकता, पण त्याचा परिणाम म्हणून तुमच्यावर जीवनभर रडण्याची पाळी येऊ शकते. अप्रामाणिक आणि खोट्या लोकांना कोणीही मदत करीत नाही. तुम्ही आणि तुमच्या अपलाईनने समजावून सांगितल्यानंतरही त्याच्यात काही फरक पडत नसेल, तर त्याला सोडून द्या. कारण? असे लोक तुमच्या बिझनेससाठी नुकसानकारक असतात. असे लोक आपल्या खोट्या आणि गोड बोलण्याने इतर लोकांना बिझनेसमध्ये आणू शकतात, पण त्यांना कायम ठेवू शकत नाहीत. कारण? त्याचे खरे रूप लवकरच लोकांना माहीत होते. त्यामुळे तुम्हीही अशा लोकांपासून दूर रहा, कारण असे लोक कधीही दीर्घ शर्यत जिंकू शकत नाहीत.

लक्षात ठेवा- नेटवर्क मार्केटिंग हा प्रामाणिकपणाने केला जाणारा व्यवसाय आहे. त्याच्याशी तुम्ही जितके प्रामाणिक राहता तितके जास्त तुम्ही यशस्वी होता.

कधीही न पडण्यात तुमचे मोठे यश नाही, तर पडल्यानंतर प्रत्येक वेळी उठून उभे राहण्यात आहे.
- कन्फ्यूशियस

★ प्रश्न : मला माझ्या टिमला शिक्षित करायचे आहे आणि या बिझनेसबाबत त्यांना जास्तीत जास्त माहिती द्यायची आहे. म्हणजे मग माझी टिम पूर्ण उत्साहाने आणि आत्मविश्वासाने काम करून यश मिळवू शकेल. त्यासाठी मी काय करू शकतो?

उत्तर : तुम्ही तुमच्या सर्व टिमच्या भल्याचा विचार करता, ही भावना अतिशय चांगली आहे. त्यासाठी तुम्ही त्यांना जास्तीत जास्त मिट्रिंगज, सेमिनार, एज्युकेशनल प्रोग्राम अटेंड करण्यासाठी प्रेरीत करा. त्यांच्यासाठी व्यवसायाशी संबधित साहित्य (पुस्तके आणि कॅसेटस) उपलब्ध करून द्या. तसेच हे साहित्य वाचण्यासाठी आणि ऐकण्यासाठी तुमच्या सदस्यांना प्रेरीत करा. तसेच त्यांनी वाचलेल्या पुस्तकाविषयी किंवा कॅसेटविषयी आपसात चर्चा घडवून आणा. त्यामुळे एखादी गोष्ट त्यांना समजली नसेल, तर तुम्ही ती समजावून देऊ शकता. तसेच त्यांच्यासाठी लीडरशीप डेव्हलपमेंट प्रोग्राम, गोल सेटिंग प्रोग्राम, ड्रीम बिल्डअप प्रोग्राम, कम्युनिकेशन डेव्हलपमेंट प्रोग्राम, टाइम अँड मनी मॅनेजमेंट प्रोग्राम, पब्लिक स्पिकिंग प्रोग्राम आणि पर्सनॅलिटी डेव्हलपमेटं प्रोग्रामही आयोजित करा. त्यासाठी त्यांना काही प्रमाणात खर्च करावा लागेल, पण हा खर्च म्हणजे त्यांनी त्यांच्यावर केलेली गुंतवणूक असेल. त्याचा परतावा त्यांना काही वेळानंतर बिझनेसमधून तर मिळेलच, पण त्यांच्या व्यवहारिक जीवनावरही त्याचा खूप चांगला प्रभाव पडेल. याशिवाय तुम्ही काही चांगल्या ट्रेनर्स आणि मानव प्रशिक्षकांशी संपर्क साधून आपल्या टिमला प्रशिक्षित करण्यासाठी तुम्ही त्यांना आमंत्रित करू शकता.

एक चांगली टिम निर्माण करण्याबरोबरच आपल्या टिमला शिक्षित करून योग्य मार्गदर्शन करतात तसेच जोखीम स्वीकारून ठाम विश्वास आणि समजूतदारपणाने परिश्रम करतात, त्यांनाच यश मिळते.

- लाभासिंग (चंदीगढ)

✫ प्रश्न : सूर्या जी, गेल्या ५-६ वर्षांपासून मी आणि माझे काही मित्र एका एफ. एम. सी. नेटवर्क मार्केटिंग कंपनीशी संबंधित आहोत. आम्ही सर्वांनीच कंपनीसाठी प्राणपणाने परिश्रम करून चांगले काम केले आहे. त्यामुळे आमची आर्थिक स्थितीही खूप चांगली सुधारली आहे. आता आम्ही सर्वच जण यशस्वी नेटवर्क मार्केटिंग लीडर म्हणून ओळखले जातो. सुरूवातीच्या काळात कंपनीने आमच्या व्यक्तिमत्त्व विकासाकडे आणि शिक्षणाकडे खूप चांगले लक्ष दिले, पण काही काळापासून कंपनीच्या वागण्यात फरक पडला आहे. आधी आम्हाला मोटिव्हेशनल आणि व्यवसायाशी संबंधित पुस्तके प्रमोट करायला सांगणारी कंपनी आता आम्हाला असे करू देत नाही, तसेच काही नवीन नियम आणि धोरणेही लागू केली आहेत. नवीन धोरणानुसार एखादा लीडर या व्यवसायाशी संबधित कोणाही लेखकाचे एखादे पुस्तक प्रमोट करताना आढळला, तर त्याचे कमिशन कापले जाईल तसेच त्याला निलंबित करण्यात येईल, अशी धमकीही कंपनी देते. आता अशा परिस्थितीत आम्ही काय करावे, ते तुम्हीच सांगा.

उत्तर : स्पष्ट शब्दात सांगायचे झाले तर तुमची कंपनी आता तुम्हा सर्व लीडर्सना ब्लॅकमेल करीत आहे. तुमच्या कंपनीची नियत बदलल्याचे तुमच्या सांगण्यावरून

स्पष्टपणे जाणवते. आता तुमची कंपनी फक्त आपल्याच भल्याचा स्वार्थी विचार करीत आहे. आता आपली धोकेबाजी आणि फसवेगिरी उघड होणार असल्याचे अशा कंपन्यांना माहीत असते. होईल त्या प्रमाणात लोकांच्या खिशातून पैसा काढा आणि आपली घरे भरा, असेच आता कंपनीचे वागणे असते. अशा कंपन्यांचे संचालक खूच धूर्त असतात. लोकांना आपल्या गोड गोड बोलण्यात फसवून आपली पोळी भाजून घेतात. इतरांचा विकास करणे आणि इतरांना शिक्षीत होताना पाहणे, हा अशा कंपन्याचा कधीच उद्देश असत नाही. त्यामुळे मी तर तुम्हाला अशेच सांगू इच्छितो, की तुमची कंपनीही तुम्हाला अशीच असल्याचे वाटत असेल, लीडरचे कमिशन हडप करण्याचा प्रयत्न करीत असेल, तर योग्य पुराव्यासह कंपनीच्या विरोधात पोलिसांत तक्रार दाखल करा. त्याचबरोबर कंपनीच्या संचालकाविरूद्ध कोर्टात केस दाखल करा. त्यामुळे दुसरे साधे भोळे लोक या कंपनीच्या जाळ्यात अडकणार नाहीत.

तुम्हाला धनवान व्हायचे असेल, तर खूप जास्त प्रमाणात पैसे मिळविणाऱ्या एखाद्या माणसाला शोधून काढा आणि तो जे करीत असेल, ते करायला सुरूवात करा.
- जे. पॉल गॅटी

★ प्रश्न : सर, गेल्या तीन-चार वर्षांपासून मी एका नटवर्क मार्केटिंग कंपनीशी संबंधित आहे. सुरूवातीला कंपनीकडे जास्त उत्पादने नव्हती आणि जी होती, ती साधारण गुणवत्तेची होती. आम्ही लोकांनी रात्रंदिवस परिश्रम करून आमचा बिझनेस दूर दूरच्या खेड्यांपर्यंत विस्तारित केला.

कारण तेव्हा कंपनीची जॉइनिंग फीस खूप कमी होती. आता कंपनीचा खूप विस्तार झाला आहे. पण दुर्दैवाची बाब अशी की आमच्या कंपनीने कधीही एज्युकेशनल सिस्टिम किवा व्यक्तिमत्त्व विकास याकडे कधी लक्ष दिले नाही. सध्या तर कंपनीच्या सर्व उत्पादनांचा दर्जाही घसरला आहे. आता त्यांचा आपल्या घरात वापर करायलाही आम्हाला नको वाटते, तर मग आम्ही इतराना ते वापरण्याचा कसा सल्ला देणार? आता आम्ही काय करावे, ते तुम्हीच सांगा

उत्तर : मी आधीच सांगितल्याप्रमाणे कोणत्याही नेटवर्क मार्केटिंग कपंनीचा आधार ही त्या कंपनीची उत्पादने असतो. प्रॉडक्टचा दर्जा सर्वोत्तम असायला हवा. कारण त्याच्या विक्रीवरच नेटवर्कर्सना मिळणारे कमिशन अवलंबून असते. तुमच्या कंपनीच्या प्रॉडक्टमध्येच दम नसेल, तर तुमची कंपनी हलके प्रॉडक्ट विकून या अतिशय सुंदर सिस्टिमशी खेळ करीत आहे. अशा कंपन्या कधीही एज्युकेशन सिस्टिमला महत्त्व देत नाहीत. जास्त शिकलेले आणि समजूतदार असलेले लोक कधीही अशा कंपनीशी संपर्क साधत नाहीत. मागास भागात राहणाऱ्या गरीब आणि भोळ्या भाबड्या लोकांना फसविणे, हाच अशा कंपनीचा उद्देश असतो. ही कंपनी अशा लोकांना हलक्या दर्जाची उत्पादने महागड्या किमतीत विकत असते. आपण ज्यांना देव समजून ज्यांचे स्वागत करीत आहोत, वास्तविक पाहता तेंच लोक आपल्या भावनांशी खेळून आपली फंसवणूक करीत असल्याचे या गरीब, भोळ्या- भाबड्या लोकांना माहीत नसते. त्यामुळे तुम्ही दुसऱ्या एखाद्या चागल्या नेटवर्क कंपनीचा शोध घेऊन ती ज्वाईन करा, असाच मी तुम्हाला सल्ला देतो. तिथेच तुमच्या व्यक्तिमत्त्वाचा विकांस होऊ शकेल.

तुमच्या सफलतेचा आकार किती मोठा असणार
ते तुमच्या विश्वासाच्या आकारावर अवलंबून असते.
तुमचे ध्येय लहान असेल, तर मिळणारे यशही लहान असते.
तुमचे ध्येय मोठे असेल, तर मिळणारे यशही मोठे असते.
- डेव्हिड जे. स्वार्टज

☆ प्रश्न : सर, मी अशा एका कंपनीशी संबंधित आहे, जिची जॉयनिंग फीस तर साधारण योग्य आहे, पण कंपनीची उत्पादने मात्र फारशी चांगली नाहीत. अर्थात कंपनीची एज्युकेशन सिस्टिम मात्र खूप चांगली आहे. आम्ही सर्व नेटवर्कर्स व्यक्तिमत्त्व विकासाच्या बरोबरीने बरेच काही या कंपनीत शिकत आहोत. आम्ही या कंपनीसोबतच रहायला हवे का?

उत्तर : नक्कीच हो. तुमची कंपनी जर एक चांगील एज्युकेशन सिस्टिम चालवित असेल, तर एके दिवशी तुमची कंपनी शिखरावर पोहचल्याशिवाय नक्कीच राहणार नाही. तुमच्या सांगण्यावरून तरी असे वाटते, की सध्या तुमच्या कंपनीचा मुख्य उद्देश तुमच्या व्यक्तिमत्त्वाचा विकास करून तुम्हाला शिक्षित करणे आणि तुमच्यात आत्मविश्वास निर्माण करणे इतकाच दिसतो. तुमच्यात योग्य प्रकारे सारासार विचारशक्ती निर्माण केली, तर चांगल्या वाईटाचा निर्णय तुम्ही स्वतः घेऊ शकता, हे तुमची कंपनी ओळखून आहे. मग कंपनीला टॉपवर जाण्यापासून कोणीही थांबवू शकणार नाही. त्यामुळे तुम्ही या कंपनीशी संबधित रहा, असाच मी तुम्हाला सल्ला देतो. कंपनीच्या वतीने चालविण्यात येणाऱ्या एज्युकेशन सिस्टिमला फॉलो करीत रहा. आपला व्यक्तिमत्त्व विकास करून घेत स्वतःला जास्तीत जास्त शिक्षित करा. काही वर्षानंतर तुम्ही स्वतःला एका यशस्वी व्यक्तीच्या स्वरूपात पाहाल, यावर विश्वास ठेवा.

सफलतेबाबत जागरूक असणाऱ्यांनाच सफलता मिळत असते, तर असफलतेचा विचार करणाऱ्यांच्या पदरी असफलता येते.
- विजयपाल सिंग (सादाबाद, मथुरा)

★ प्रश्न : सूर्या जी आपल्या जीवनात किंवा सफलतेत पुस्तकांची भूमिका काय असते?मी फक्त ऐकलेच नाही, तर पाहिलेही आहे, की शालेय शिक्षण खूप कमी असताना देखील अनेक लोक आपापल्या क्षेत्रात सफल झाले आहेत. पुस्तके न वाचता आपण जीवनात सफलता मिळवू शकत नाही का?

उत्तर : मित्रहो, पुस्तके आपल्या जीवनात खूप महत्त्वाची भूमिका बजावत असतात. पुस्तकांचे मुख्य काम आहे मार्गदर्शन करणे. पुस्तकांचे काळजीपूर्वक मनन आणि चिंतन केले, तसेच त्यात लेखकाने जे काही समजावून सांगितले आहे, ते समजून घेण्याचा प्रयत्न केला, तर सर्व पुस्तके तुमच्यासाठी मर्गादर्शक सिद्ध होऊ शकतात. तुम्ही म्हणता की अनेक लोक शाळेत न जाताही आपापल्या क्षेत्रात यशस्वी झाले आहेत. इथे मी तुम्हाला एक गोष्ट सांगू इच्छितो, की या सफल लोकांनी आपले जीवन सुधारण्यासाठी खूप दीर्घ संघर्ष केला आहे. तेव्हा कुठे त्यांना सफलता मिळाली आहे. तोच अनुभव तुम्ही काही पुस्तके वाचून मिळवू शकता. पुस्तके वाचून किंवा पुस्तकात असलेला दुसऱ्याचा अनुभव घेऊन आपण त्याने मिळविलेले यश काही वर्षांत मिळवू शकतो. त्यांनीही ज्ञानवर्धक पुस्तकांची मदत घेतली असती, तर आज ते जिथे आहेत त्याच्या कितीतरी पुढे पोहचले असते, असा माझा दावा आहे. अनेक युगांपूर्वी माणसाने आपल्या विकासाचा प्रवास सुरू केला होता, तेव्हा त्याच्याकडे अशा प्रकारचे कोणतेही पुस्तक नव्हते, की जे वाचून

तो आपला विकास करू शकेल. त्यामुळे जो काही विकास झाला तो फक्त अनुभवातून झाला. हात जळाल्यावर तो अग्नि असल्याचे आणि तो जाळीत असल्याचे त्याच्या लक्षात आले. आज हा अनुभव घेण्यासाठी तुम्हाला आपला हात अग्निवर जाळून घेण्याची आवश्यकता पडत नाही कारण पुस्तकातून किवा दुसऱ्याच्या अनुभवातून ही गोष्ट तुमच्या लक्षात आली आहे, की अग्नि जाळण्याचे काम करतो. आता कोणीही व्यक्ती फक्त वाचून, कोणी दुसऱ्याचे ऐकून तर कुणी आपला हात जाळून घेऊन, हा अनुभव मिळवू शकते. कोणत्याही स्थितीचा अनुभव घेतला, तरीही शेवटी आपण या एकाच निष्कर्षापर्यंत येऊन पोहचतो, की अग्निमध्ये जाळण्याची परिपूर्ण शक्ती आहे. अशाच प्रकारे पुस्तकातही अशा प्रकारचे अनुभव आणि माहिती खच्चून भरलेली असते.

निवड तुम्हाला करायची आहे. अनेक वर्षे दीर्घ संघर्ष करून स्वतः अनुभव घ्यायचा आणि मग ती गोष्ट कळल्यावर त्यानुसार अमंलबजावणी करायची तसेच मग यश मिळवायचे. की मग इतरांचे अनुभव जाणून घेऊन थोडासा संघर्ष केल्यानंतर सफलता मिळवायची.

मी तर इथे तुम्हाला असेच सांगू इच्छितो, की तुम्हाला जास्तीत जास्त लोकांचे अनुभव जाणून घ्यायचे असतील, तर त्यांसाठी साधा आणि सोपा उपाय असा आहे, की तुम्ही जास्तीत जास्त पुस्तकांचा अभ्यास करा. त्यामुळे तुम्हाल त्या लोकांचेही अनुभव जाणून घेण्याची संधी मिळते, जे शेकडो वर्षांपूर्वी पृथ्वीवर आले होते आणि विविध क्षेत्रात संघर्ष केल्यानंतर त्यांनी सफलतेचे शिखर गाठले होते. पुस्तकांच्या माध्यामातून दुसऱ्यांचे अनुभव माहीत करून घेऊन तुम्हाला जीवनातील संघर्ष करणे खूप सोपे आणि सोयीचे होते. त्यानंतर मग जीवनातील प्रत्येक संघर्षावर तुम्ही मात करीत जाता.

पुस्तके वाचून तुम्हाला मार्यदित ज्ञान मिळते असे नाही, तर पुस्तकात अमर्याद ज्ञान भरलेले असते. सागरातून मोती मिळविण्यासाठी तुम्ही डुबकी मारली असेल, तर इतर गोष्टींकडे पाहताना तुम्ही कांही डोळे मिटून घेत नाहीत. त्यामुळे तुम्हाला

पूर्ण सागराची माहिती मिळणार नसली, तरीही तुम्ही जिथपर्यंत बुडी मारता तिथपर्यंतची माहिती तरी नक्कीच मिळते. तुम्ही जितक्या खोल जाता तितके अधिक ज्ञान तुम्हाला मिळते. किनाऱ्यावर उभे राहणाऱ्या व्यक्तीपेक्षा सागरात बुडी मारणाऱ्याला कधीही जास्त माहिती असते. अशा प्रकारे पुस्तकातून ज्ञान मिळविणारी व्यक्ती डुबकी मारणाऱ्याप्रमाणे खूप काही माहीत करून घेत असते. सागराप्रमाणे पुस्तकांचे भांडारही अथांग आहे. तुम्ही यात जितके खोलवर जाल तितके तुम्हाला अधिक ज्ञान, अनुभव तसेच दुसऱ्या देशांची सभ्यता, संस्कृती, भाषा, जीवनमान, जगप्रसिद्ध व्यक्तींच्या सफलतेचे रहस्य, इत्यादी गोष्टीही जाणून घेऊन शकतो. दीर्घ संघर्षानंतर ज्याने थोडे फार यश मिळविले आहे, त्याला या सर्व गोष्टी कधीच कळणार नाहीत. तुम्ही हवे तर अजमावून पहा, त्यांना दुसऱ्या विषयांचे थोडेही ज्ञान नसते. त्यांने आपले आयुष्य घालवून जे काही मिळविले असते, तितकेच फक्त त्याला माहीत असते. त्याच्याशी तुम्ही दुसऱ्या एखाद्या विषयावर किंवा बाह्य जगाबाबत बोलायला लागलात तर, तो फक्त मुर्खासारख्या पापण्या हालवित राहतो. त्यामुळे माझे असे स्पष्ट मत आहे, की फक्त पुस्तकेच तुमचा अष्टपैलू विकास करू शकतात.

नेटवर्क मार्केटिंग बिझनेसमध्ये कराव्या लागणाऱ्या थोड्याशा गुंतवणुकीमुळे लोक त्याला फारशा गांभीर्याने घेत नाहीत. वास्तविक पाहता एखादा मोठा वृक्ष उगवण्याची क्षमता बारीकशा बी मध्ये असते,त्याप्रमाणे ही बारीकशी गुंतवणूक असते. बारीकसे बीज एखाद्या वृक्षाचे रूप धारण करते तेव्हा त्याला किती फळे येतात, त्यातून किती बिया बाहेर पडतात आणि त्यापासून पुन्हा किती वृक्ष निर्माण होतात, याची कल्पना करता येत नाही.

- गौरव मेहता (जावरा, रतमलाम)

☆ प्रश्न : सर, मी एका विचित्र गोंधळात सापडलो आहे. माझ्या गोंधळाचे कारण एका नेटवर्क मार्केटिंग कंपनीचा हिटलरी आदेश आहे. सर्वात आधी मी पहिल्यांदा तुम्हाला सांगू इच्छितो की माझा नेटवर्क मार्केटिंग बिझनेसवर अजिबात विश्वास नव्हता. अचानकपणे मी तुम्ही लिहिलेली , 'नेटवर्क मार्केटिंगः सवाल आपके, जबाब सूर्या सिन्हा के' आणि 'क्या हे नेटवर्क मार्केटिंग जानिए' ही पुस्तके वाचल्यावर माझाही या व्यवसायावर विश्वास बसला. त्यानंतर मग मीही एक नेटवर्क मार्केटिंग कंपनी जॉइन केली. ती कंपनी F. M. C. G. सह नेटवर्क मार्केटिंग करते. जॉइनगिं फीसही जास्त नव्हती. माझा गोंधळ असा आहे, की या कंपनीचे प्रमोटर्स आणि लीडर्स असे म्हणतात, की आमच्या कंपनीशी संबंधित असलेल्या व्यक्तीने आपला बिझनेस वाढविण्यासाठी दुसऱ्या कोणत्याही लेखकाची पुस्तके स्वतः वाचू नयेत, तसेच आपल्या टीममध्येही प्रमोट करू नयेत. आमच्या कंपनीचे स्वतःचे काही साहित्य आहे. ते वाचण्यावर आणि तेच फॉलो करण्यावर हे लोक जास्त भर देतात. त्यांच्या पुस्तकांचा फक्त एकच उद्देश आहे, की त्यांच्याशी संबंधित प्रत्येकाने जास्तीत जास्त प्रमाणात त्याच कंपनीचा प्रसार करायला हवा आणि बिझनेस वाढवायला हवा. त्यांनी प्रकाशित केलेली पुस्तके तुम्ही सांगितलेल्या मुद्यांशी जराही मिळती जुळती नाहीत. कारण कंपनीकडे एज्युकेशन सिस्टिम नाही की आत्मिक विकासाचा प्रोग्राम नाही. त्यांच्या काही मिटिंग्ज झाल्या तरीही त्यात फक्त त्यांचे बिझनेस प्लॅन आणि इतरांना आपल्यासोबत जोडून घेण्याबाबतच सांगितले जाते. हे लोक इतर साहित्याप्रमाणे पुस्तके आणि लिट्रेचर विकूनही पैसे कमावत आहेत. तुमची पुस्तके वाचूनच मला या बिझनेसची चांगली प्रतिमा दिसली आणि उत्साहित होऊन ही कंपनी

जॉइन केली. आता तुम्हीच सांगा की अशा कंपनीसोबत मी मन लावून काम करायला हवे का, ज्या कंपनीच्या धोरणातून फक्त स्वार्थच आढळून येतो.

उत्तर : नाही. अजिबात नाही. अशा कंपनीतून तुम्ही लवकरात लवकर बाहेर पडायला हवे. एक गोष्ट चांगल्या प्रकारे समजून घ्या, की एखादी कंपनी जेव्हा तुम्हाला प्रगती करू इच्छिणारी, आत्मविकास साधणारी, शिक्षित करणारी दुसऱ्या लेखकांची चांगली पुस्तके वाचायला किंवा टिममध्ये प्रमोट करायला मनाई करते, याचा साधा अर्थ असा आहे, की तुम्ही शिक्षित व्हावे, असे त्या कंपनीला वाटत नाही. याच कारणामुळे त्यांनी आपल्याकडे चांगल्या प्रकारची एज्युकेशन सिस्टिम निर्माण केली नाही, की आपल्याशी संबंधित एखाद्या सदस्याचा आत्मविकास झालेला त्यांना बघवत नाही. अशा कंपनीचे प्रमोटर्स आपल्या गोड गोड बोलण्याने फक्त आपली उत्पादने विकणे आणि त्यासाठी सेल्समनला मोहरा म्हणून वापरण्याचे काम करीत असतात. दुसरी गोष्ट म्हणजे आपल्या स्वार्थी धोरणाची, वाईट बाबींच आणि उणिवाची तुम्हाला माहिती व्हावी, असेही या कंपनीला वाटत नाही. तुम्हाला नेटवर्क मार्केटिंग कंपनीत काम करण्याची योग्य सिस्टिम आणि संबधित लोकांना मिळणारे आर्थिक तसेच वैयक्तिक फायदे कळाले, तर त्यांची कंपनी बंद व्हायला वेळ लागणार नाही, अशी त्यांना भीती वाटत असते. त्यामुळे अशा कंपन्या बहुतेक करून कमी शिक्षण झालेल्या लोकांना आपल्याशी जोडून घेतात. तसेच दीर्घकाळासाठी त्यांना हिरवे स्वप्न दाखवून त्यांचे शोषण करीत असतात. त्यामुळे चुकून तुम्ही अशा एखाद्या कंपनीशी जोडला गेला असाल, तर माझा वैयक्तिक सल्ला असा आहे, की अशा कंपनीपासून आपले सोबती आणि टिम घेऊन लवकरात लवकर बाहेर पडावे. आपल्याशी संबधित असलेल्या लोकांनी ज्ञानवर्धक, उन्नतीकारक आणि माहितीपूर्ण पुस्तके वाचायला बंदी करते, ती कंपनी

कधीही चांगली असू शकत नाही, हे नेहमी लक्षात ठेवा. बाजारात जगातील सर्वोत्कृष्ट लेखकांची चांगल्यात चांगली पुस्तके उपलब्ध आहेत. त्यांना लोकांनी फक्त स्वीकारलेच नाही, तर त्यांच्या सहाय्याने आपले जीवन सावरले आहे. तुम्ही माझे वाचक आहात, त्यामुळे तुमच्यासाठी आणि माझ्या इतर सर्व वाचकांसाठी माझा असा सल्ला आहे,की शिक्षण, ज्ञान आणि व्यक्तिमत्त्व विकासाचा प्रश्न असेल, तर तुम्ही रोज चांगली पुस्तके वाचायला हवीत. तुमच्या टिमच्या विकासासाठीही हे आवश्यक आहे. कारण तुमच्या टिममधील प्रत्येक सदस्यात भल्या बुऱ्याचा निर्णय करण्याची आणि ते ओळखण्याची क्षमता निर्माण व्हायला हवी.

लक्षात ठेवा - तुमच्या टिमला शिक्षित करण्याचा तुमच्याकडे असलेला सर्वात सोपा आणि साधा उपाय कोणता असेल, तर तो आहे- चांगल्या आणि ज्ञानवर्धक पुस्तकांचा. एखादी कंपनी तुम्हाला चांगली पुस्तके वाचण्यापासून किंवा आपल्या टिममध्ये त्याचा प्रसार करण्याला मनाई करीत असेल, तर अशा कंपनीचे संचालक, व्यवस्थापक तुमचे हितचिंतक असू शकत नाहीत. त्यामुळे अशा लोकांपासून लगेच दूर व्हा आणि आपली वाचनाची भूक सतत वाढवित रहा. शोधून शोधून चांगल्या लेखकांची पुस्तके वाचा. कोणत्या लेखकाचे कोणते पुस्तक वाचून तुम्हाला काय शिकायला मिळेल आणि तुमचे जीवन सावरेल, हे सांगता येत नाही.

नेटवर्क मार्केटिंग बिझनेसमध्ये जाण्याची इच्छा असणाऱ्या व्यक्तीने सर्वात आधी नेटवर्क मार्केटिंगबाबत माहिती मिळवून त्याचे तंत्र शिकायला हवे. कारण हे तंत्र शिकल्यानंतरच हा बिझनेस करण्याचा आनंद मिळविता येतो.
- बालू भाई रुडकिया (बडोदरा)

नेटवर्क मार्केटिंग बिझनेसशी संबंधित पुस्तके वाचल्यानंतर आणि त्याच्याशी संबंधित कॅसेट ऐकल्यानंतरच नेटवर्क मार्केटिंगमध्ये सफलता मिळविता येते. कारण या बिझनेसमध्ये सफलता मिळविण्याचे योग्य माध्यम आहे.
- प्रफुल्ल आर. सोनकावडे (पुणे)

★ प्रश्न : तुम्ही लिहिलेली 'नेटवर्क मार्केटिंग: सवाल आपके, जबाब सूर्या सिन्हा के' आणि 'क्या है यह नेटवर्क मार्केटिंग जानिए' ही पुस्तके मी वाचली. खरं सांगायचं तर ही पुस्तके वाचल्यानंतरच मला नेटवर्क मार्केटिंगमधील काही रहस्यांची माहिती कळाली. या व्यवासायाच्या सामर्थ्याची मला माहिती मिळाली, तसेच या व्यवसायात असलेलय एज्युकेशन सिस्टिमद्वारे कोणीही सामान्यातील सामान्य व्यक्ती असामान्य सफलता मिळवू शकते, हेही कळाले. इथे मी एक गोष्ट स्पष्ट करतो, की मीही एका नेटवर्क मार्केटिंग कंपनीशी संबंधित आहे. त्यातून मला बऱ्यापैकी उत्पन्नही मिळत आहे. ही एक चांगली आणि विश्वासार्ह (जैनवन) कंपनी आहे. तुमची पुस्तके वाचूनच मला एज्युकेशन सिस्टिमबद्दल कळाले, आमच्या कंपनीत मात्र अशा प्रकारची कोणतीही एज्युकेशन सिस्टिम नाही. आमच्या कंपनीच्या प्रमोटर्सनी या विषयाकडे अद्याप का लक्ष दिले नाही, ही आश्चर्याचीच बाब आहे. इथे एज्युकेशन किंवा आत्मिक विकास यासारखे काही होत नाही. आमच्या कंपनीतही अशा प्रकारची एज्युकेशन सिस्टिम असावी, असे मला मनापासून वाटते. अशावेळी मी

काय करू? मला ही कंपनीही सोडायची नाही. कारण ही एक गोष्ट सोडली, तर इथे बाकी कशाची उणीव नाही.

उत्तर : तुम्ही तुमच्या कंपनीशी मनाने जोडले गेले आहात, हे तुमच्या प्रश्नावरून कळते. तसेच कंपनीच्या विकासाबरोबरच आपल्या सर्व टिमचा आत्मविकास व्हावा, याचीही तुम्हाला तळमळ आहे. कोणत्याही कंपनीशी संबंधित असलेल्या व्यक्तीमध्ये अशा प्रकारची भावना असायला हवी. माझा असा सल्ला आहे, की कंपनीच्या विकासासाठी या शुभ कार्याची सुरूवात तुम्ही तुमच्यापासूनच करा म्हणजे तुमच्या या सहकार्यासाठी भविष्यात कंपनी तुमचे नाव विशिष्ट लीडरच्या यादीत समाविष्ट करेल. या शुभ कार्यासाठी सर्वात आधी तुम्ही तुमच्या अपलाइनला भेटा. त्यांना तुमच्या भावना सांगा आणिं शक्यतो त्यांचे सहकार्यही मिळवा. तुमचे विचार कळाल्यावर ते तुम्हाला नक्की सहकार्य करतील, असा मला विश्वास आहे. तुम्ही तुमच्या टिमच्या व्यक्तिमत्त्व विकासासाठी आणि आपल्या टिमला शिक्षित करण्यासाठी सेमिनार, मिटिंग्ज आणि एज्युकेशनल प्रोग्रामचे वेळोवेळी आय़ोजन करीत रहा. तुमच्या टिमच्या सहकार्याने चांगली पुस्तके आणि चांगल्या ट्रेनर्सच्या कॅसेटची व्यवस्था करून त्यांना वाचायला आणि ऐकायला द्या. अशा प्रकारे काम केल्यानंतर काही दिवसातच तुमच्या टिमकडून किती चांगले रिझल्ट मिळतात, ते तुमच्या लक्षात येईल. तुमच्या सर्व क्रॉसलाइनही तुम्ही उचललेले हे पाऊन पाहून आश्चर्यचकित होतील. कंपनीचा बिझनेस वाढल्यामुळे कंपनीच्या संचालकांचे तुमच्याकडे लक्ष गेल्याशिवाय राहणार नाही. अशा प्रकारे कंपनीतील एख विशिष्ट आणि जबाबदार सदस्य म्हणून तुमची ओळख निर्माण होईल. हे पाऊल उचलून तुम्ही तुमच्या उत्पन्नात आश्चर्यकारक वाढ करू शकाल, हे वेगळे सांगण्याची काहीच गरज नाही. अशा प्रकारे तुम्ही कंपनीत एका नव्या विषयाला सुरूवात करेन आणि तुमच्या टिमचे आश्चर्यकारक रिझल्ट पाहून कंपनीही ही सिस्टिम सहज स्वीकारेन.

नेटवर्क मार्केटिंग बिझनेसमध्ये आपल्या ग्रो लाइनसमोर कधीही कोणत्याही प्रकारच्या नकारात्मक गोष्टी करू नयेत. कारण त्यांना तुमच्यासारखे व्हायचे आहे म्हणून ते या व्यवसायात आले आहेत.
- ए. जी. सिद्दकी (सीतामरही, बिहार)

★ प्रश्न : सर, आमचा एक सिनियर लीडर हीच माझी समस्या आहे. मी ज्या नेटवर्क मार्केटिंग कंपनीशी संबंधित आहे, त्या कंपनीत आमचा एक सिनियर लीडर आहे. त्यांने आमच्यातील अनेकांची फसवणूक करून बरीच रक्कम लुबाडली आहे. काही लोकांना धोका दिल्यानंतर आजही तो त्याच पद्धतीने इतरांनाही फसवित आहे. खरं तर त्याने अनेक लोकांना कंपनीशी संलग्न केले आहे, पण त्या लोकांच्या कीट त्याने अद्याप दिल्या नाहीत. आज-उद्या, आज-उद्या करून तो नवीन सदस्यांना झुलवित असतो. एखाद्या सदस्याने खूपच आरडा ओरडा केल, तर तो त्याला त्याची कीट आणून देतो. त्यानंतरही काही तरी कारणे सांगून तो त्यांच्याकडून पैसे लुबडण्याचा प्रयत्न करीत असतो. आम्ही काय करावे, ते तुम्हीच सांगा. तसं आणखी सांगायचे म्हणजे ही व्यक्ती दिसायला अतिशय सज्जन आणि सुशिक्षित दिसते. अतिशय गोड आणि मन मोहक बोलण्यात त्याचा हातखंडा आहे. पण आपल्या शिकारीकडून तो पैसे लुबाडत नाही, तोपर्यंतच त्याच्यातील हा चांगुलपणा आणि माधुर्य टिकून राहते. कृपया आम्हाला मार्गदर्शन करा.

उत्तर : मित्रहो, या जगात अशा लोकांची अजिबात कमतरता नाही. हे दुसऱ्यांना विश्वासात घेऊन त्यांची सरळ सरळ फसवणूक करीत असतात. असे लोक कोणत्याही क्षेत्रात असतात. हे लोक आपल्या शिक्षणाचा आणि भोळेपणाचा गैरवापर करीत असतात. आवश्यकतेपेक्षा जास्त नम्रपणा दाखवित असतात. तुमच्या पाया पडायलाही

ते कमी करीत नाहीत. हात जोडून नमस्कार करतील. कंबरेपर्यंत वाकतील. चांगल्या, गोड गोड आणि मनाला हव्या हव्याशा वाटणाऱ्या गप्पा मारतील. तुम्हाला मोठ मोठी स्वप्रे दाखवतील. तुम्ही त्यांच्यासाठी सर्वात जवळचे आहात आणि तुमच्यासाठी काहीही करण्याची तयारी असल्याचा विश्वास दाखवतील. वेळ आल्यावर तुम्हाला आपला गुरू आणि परमेश्वर समजायलाही ते कमी करीत नाहीत. आपल्या बोलण्यावर विश्वास दाखवावा यासाठी शपथा खातील. जोपर्यंत तुम्ही त्यांच्या जाळ्यात अडकत नाहीत, तोपर्यंत ते सर्व काही करतील. त्यानंतर मात्र हे लोक सरड्यासारखे रंग बदलतात. माझ्या मते या फसवणुकीची माहिती तुम्ही त्यांच्या सिनियर्सना किंवा कंपनीच्या प्रमोटर्सना द्यायला हवी. तिथपर्यंत तुमची पोहच नसेल, तर कंपनीच्या हेडक्वार्टरला तुमच्या सर्वांच्या सह्यानिशी एक संयुक्त पत्र पाठवायला हवे. तसेच ती व्यक्ती तुम्हा सर्वांना कशा प्रकारे फसवित आहे, ते कंपनीला लगेच सांगायला हवे. अशा वेळी ती व्यक्ती किती मोठी आहे याचा विचार करू नका, की तुम्ही त्याची तक्रार केली म्हणून कंपनी तुमच्यावर नाराज होईल, असाही विचार करू नका. तुम्ही विश्वास ठेवा, अशा काही लोकांच्या घाणेरड्या वागण्यामुळेच नेटवर्क मार्केटिंग कंपन्या आणि हा अतिशय सुंदर व्यवसाय कलंकित आणि बदनाम होत आहे. चांगल्या कंपन्या नेहमीच चांगल्या गोष्टींना प्रोत्साहन देत असतात. तसेच त्या कधीची चुकीच्या बाबींचे समर्थन करीत नाहीत. तुम्ही त्या फसव्याला लवकरात लवकर उघडे पाडले नाही तर तुमच्यासारख्या आणखी किती जणाना तो फसविल ते सांगता येणार नाही. तसेच तुमची कंपनी आणि हा व्यवसाय यांनाही बदनाम करीत राहील. आणखी एकदा मी तुम्हाला तेच सांगू इच्छितो, की तुम्ही विश्वास ठेवा, कोणतीही कंपनी (मग ती स्वत फ्रॉड असली तरीही) अशा फसवणूक करणाऱ्या माणसांना सहन करीत नाही. कंपनीकडून तुम्हाला काहीच प्रतिसाद मिळाला नाही, तर कंपनी फ्रॉड असल्याचे समजा. त्यामुळे मग या प्रकरणाची पोलिसात तक्रार दाखल करायला आणि कोर्टात जायला घाबरू नका, कारण हे आर्थिक फसवणुकीचे प्रकरण आहे.

नेटवर्क मार्केटिंग बिझनेस हा एक असा व्यवसाय आहे, जो केल्यानंतर आपल्याला पूर्णपणे आर्थिक स्वातंत्र्य मिळते. फक्त आपण मनापासून आणि निष्ठेने हा व्यवसाय करायला हवा.
- चेतन चावडा (बडोदरा)

★ प्रश्न : सर, मीही या आर्थिक आंदोलनातील एक शिपाई आहे. हे युद्ध लढण्यासाठी माझ्याजवळ असलेले मुख्य शस्त्र म्हणजे तुमच्या सारख्या लेखकांनी लिहिलेली पुस्तके आणि कॅसेटस आहेत. मला पुस्तके वाचण्याचा छंद असून मी या विषयावरील पुस्तके शोधून शोधून वाचीत असतो. माझी समस्या आमचा एक सिनियर लीडर आहे. त्याच्या म्हणण्यानुसार पुस्तके वाचणे निरूपयोगी असून ज्याचा स्वीकार करावा, असे त्यात काहीही नसते. आपल्या बिझनेसमध्ये एज्युकेशन सिस्टिमला काही महत्त्व नाही. आपली योग्यता आणि सारासार विचार यामुळेच आपला व्यवसाय चालला असल्याचे त्यांचे म्हणणे आहे. मी जर परिश्रम केले नसते, तर माझा व्यवसाय झाला नसता. हे सत्य आहे का? त्यांची समज योग्य आहे का ते मला जाणून घ्यायचे आहे. या व्यवसायात एज्युकेशन सिस्टिम आणि पुस्तकांचे काही महत्त्व नाही का?

उत्तर : कोणत्याही व्यवसायात यशस्वी होण्यासाठी सारासार विचाराबरोबरच कठोर परिश्रम करण्याची आवश्यकता असते, याबद्दल काहीच शंका नाही. तुमच्या सिनियर लीडरला सफलता फक्त आपल्या परिश्रमामुळेच मिळाली, असे वाटत असेल, तर याचा साधा अर्थ असा की ती व्यक्ती खोटारडी आणि अहंकारी आहे. यावरून हेही सिद्ध होते, की ज्या सफलतेच्या बळावर तो इतक्या उंच उड्या

मारीत आहे, ती त्याला नशीबाने मिळाली असावी. अशा सिनियर लीडरसाठी माझा असा प्रश्न आहे, की त्याला नेटवर्क मार्केटिंग सारखा व्यवसाय निवडण्याची आणि ते करण्याची समज कोठून मिळाली? आता थोडे फार यश मिळाल्यानंतर शिक्षण आणि पुस्तकांबाबत तो जे काही बोलत आहे, ते सर्व काही तो आईच्या गर्भातून शिकून आला आहे की काय? तो काय पूर्णपणे अशिक्षित आहे? तो जर शिकलेला असेल, तर ज्याच्या बळावर तो इथपर्यंत पोहचला आहे, ते ज्ञान त्याला कोठून मिळाले आहे? आपल्या जीवनात त्याने कधीही शाळेचे तोंड पाहिले नाही का? हो, तर का?पुस्तकात काहीच ठेवलेले नसते, तर त्याला क ख, ग, घ शिकायला आणि लिहायला वाचायला शाळेत पाठविणारे त्याचे आई-वडील काय वेडे होते? त्याची मुले शाळेत किंवा कॉलेजात जात नाहीत का, ते त्याला विचारा. जात असतील तर का? पुस्तकात काहीही ठेवलेले नसते म्हणून मग तो त्यांना घरी का बसवित नाही? घरीच बसवून मग एखाद्याला बी.ए. दुसऱ्याला एम. ए. झाल्याचे पाहून तो बाहेर का पाठवित नाही? त्यांना पुस्तकी शिक्षण का देत आहे? हे तर त्याचे दुतोंडी बोलणे झाले. मित्रा, अशी व्यक्ती तुम्हाला चुकीचे मार्गदर्शन करीत आहे. ज्ञानाच्या बाबतीत तुम्ही त्याच्या बरोबरीला येऊ नये, म्हणून तो तुम्हाला खोटे सांगत आहे. असे लोक खूपच लंपट आणि स्वार्थी असतात. आपले महत्त्व कायम टिकवून ठेवण्यासाठी ते दुसऱ्याचा बळी घ्यायलाही मागे पुढे पाहत नाहीत. जी ज्ञानवर्धक पुस्तके वाचून तो आयुष्याच्या या टप्प्यावर पोहचला आहे, त्याच पुस्तकांची तो निंदा करीत आहे. उद्या तो असेही म्हणू शकतो, की मला आई वडिलांनी जन्म दिला नसून मीच माझ्या परिश्रमाने निर्माण झालो आहे. अशा लंपट, स्वार्थी आणि बेमुर्वत माणसाचे मूर्खपणाचे बोलणे

अजिबात लक्षात घेऊ नका आणि तुमच्यासाठी महत्त्वाच्या असलेल्या गोष्टीकडे लक्ष द्या. तर्कसंगत असलेल्या आणि उपयुक्त वाटणाऱ्या त्याच्या गोष्टी ऐका. तुम्हाला कोणतेही चांगले काम करण्यापासून अडवणारी व्यक्ती तुमचा हितचिंतक असू शकत नाही, हे लक्षात ठेवा.

या बिझनेसमध्ये कोणाला तुमच्यासोबत यायचे असेल, तर त्याचे मनापासून स्वागत करा आणि त्याला यशस्वी करण्यासाठी प्रामाणिकपणे प्रयत्न करा. कोणाला तुमच्यासोबत यायचे नसेल, तर त्याला राम-राम, सत्सरिया-काल किंवा खुदाहाफिज म्हणून बाजूला व्हा.

- विजय अरोरा (अमृतसरा)

☆ प्रश्न : चुकीची आणि फ्रॉड कंपनी कशी ओळखायची ते तुम्ही आम्हाला सांगू शकता?

उत्तर : तसं तर अशा प्रकारच्या कंपन्या आणि त्यांचे संचालक यांना ओळखणे खूपच अवघड काम आहे. कारण अशा कंपनीच्या संचालकांनी अतिशय सुंदर आणि भोळेपणाचे मुखवटे घातलेले असतात. तरीही तुमच्या सोयीसाठी मी अशा कंपनीच्या ओळखीचे काही मुद्दे सांगत आहे.ते तुम्ही नेहमी लक्षात ठेवा-

१. तुम्हाला आणि लुमच्या टिमला शिक्षित करण्याचा अशा कंपन्यांचा अजिबात उद्देश नसतो.

२. मागास भागात राहणाऱ्या गरीब, भोळ्या भाबड्या आणि अडाणी लोकांना फसविणे, हा अशा कंपन्यांचा उद्देश असतो.

३. अशा कंपन्यांची बहुतेक उत्पादने हलक्या दर्जाची असतात.

नेटवर्क मार्केटिंग बिझनेस हा सत्ययुगातील बिझनेस आहे. वास्तवात हा बिझनेस खूपच सोपा आहे कारण हे टिमवर्क आहे. तसेच हा खूप अवघड आहे, कारण त्यात सत्य आणि प्रामाणिकपणाने धीर धरून परिश्रम करण्याचा पहिला नियम आहे. जो प्रत्येकासाठी अवघड आहे.
- महेश जैन (जयपूर)

४. फक्त आणि फक्त आपला फायदा करून घेणे, इतकाच अशा कंपन्यांचा उद्देश असतो.

५. अशा कंपनीच्या व्यवस्थापनात फक्त आपल्याच फायद्याचा विचार करणाऱ्या कुटुंबातील सदस्यच असतात.

६. अशा कंपन्या चांगले प्रशिक्षक आणि शिक्षक यांना बोलावण्यास घाबरतात. कारण आपले बिंग फुटण्याची त्यांना भीती वाटत असेत.

७. अशा कंपनीशी संबंधित असलेले बहुतेक सर्व लोक परेशान असतात.

८. अशा कंपन्या नेहमी मोठ मोठी आणि खोटी आश्वासने देतात.

९. अशा कंपन्या आपले लीडर्स आणि संबंधित लोकांना ब्लॅक मेल करीत असतात.

१०. अशा कंपन्यांची कमिशन देण्याची पद्धतही योग्य नसते. कारण या कंपन्यांना पैसा घेणे चांगल्या प्रकारे माहीत असते, पण देणे जमत नाही.

११. अशा कंपन्या आपल्या मोठ मोठ्या आणि खोट्या आश्वसनामुळे खूप वेगाने प्रगती करतात, पण त्यांचे पितळ उघडे पडल्यावर लगेच बंदही होतात.

१२. अशा कंपन्या नेटवर्क मार्केटिंगच्या नावावर फसवणूक करतात आणि या अतिशय चांगल्या व्यवसायाला बदनाम करीत असतात.

१३. अशा कंपन्या आपल्या लीडर्सना नेहमी चांगली आणि या व्यवसायाशी संबंधित असलेली पुस्तके वाचायला तसेच ती वितरित करायला मनाई करतात. कारण त्यांच्याशी संबंधित असलेल्या लोकांना या व्यवसायाचे खरे स्वरूप कळेल, अशी त्यांना भीती वाटत असते.

१४. अशा कंपन्या नेटवर्क मार्केटिंग बिझनेसच्या नावावर आपलेच साहित्य आणि पुस्तके प्रकाशित करून विकत असतात. लोकांना मूर्ख बनवित असतात.

मजनूने आपली लैला मिळविण्यासाठी जगातील सर्व अडचणी आणि संकटाचा सामना करीत प्रत्येक अडचणीवर मात केली होती. कारण त्याच्या जीवनाचा फक्त एकच उद्देश होता, की कोणत्याही किमतीवर लैला मिळवायचीच. त्यामुळे लैलाला मिळविण्यासाठी त्याच्या डोक्यात अनेक प्रकारच्या योजना येत असत. अशाच प्रकारे तुम्हीही जर आपल्या स्वप्नांवर प्रेम केले, तर ती साकार करण्यासाठी तुमच्याही डोक्यात अनेक प्रकारच्या योजना नक्कीच येतात. तुम्हीही मग ती स्वप्ने साकार करू शकता.

- लक्की शर्मा (पठाणकोट, पंजाब)

लक्षात ठेवा

★ चांगल्या नेटवर्क मार्केटिंग कपंन्या आणि चांगले लीडर आपल्या सोबत जोडल्या गेलेल्या नव्या सदस्यांना शिक्षित करण्यावर आणि त्यांचा व्यक्तिमत्त्व विकास करण्यावर सर्वात आधी लक्ष देतात.

★ चांगल्या नेटरर्ख मार्केटिंग कपंन्या आणि चांगले लीडर नेहमी आपल्या सदस्यांचा व्यक्तिमत्त्व विकास आणि ज्ञानवर्धन करण्यासाठी त्यांना चांगली चांगली पुस्तके वाचण्याचा सल्ला देत राहतात.

★ चांगल्या लीडर्सना हे चांगले माहीत असते की त्यांची टिम जितकी जास्त शिक्षित होईल, तितकी जास्त प्रगती करेल.

★ निराशेच्या काळात फक्त चांगली पुस्तकेच माणसाचेच मनोबल वाढवितात आणि त्यंना योग्य मार्ग दाखवितात.

★ नेटवर्क मार्केटिंग बिझनेसला चांगले पुस्तकरूपी खत दिले नाही, तर ते कधीही चांगले रिझल्ट म्हणजे फळ देणार नाही.

★ नेटवर्क मार्केटिंग बिझनेसमध्ये तुमची टिमही तुमच्या मुलासारखी असते. जे आई वडील आफल्या मुलांना पुस्तकांपासून दूर ठेवतात, ते त्या नाग किंवा नागिनीसारखे असतात, जे जन्माला घातल्यानंतर लगेच आपल्या पिलांना खाऊन टाकतात.

★ या व्यवसायात आतापर्यंत जे काही चांगले लीडर झाले आत्त ते सर्व चांगली पुस्तके वाचून आणि या बिझनेसमधील एज्युकेशनल सिस्टिमला स्वीकारूनच झाले आहेत.

★ फक्त नेटवर्क मार्केटिंग बिझनेसच नाही, तर जगातील कोणत्याही क्षेत्रात यश मिळविण्यासाठी आणि तो चांगल्या प्रकारे समजून घेण्यासाठी आधी त्या विषयी. जास्तीत जास्त वाचणे, समजून घेणे आणि मग त्यावर विचार करणे आवश्यक असते. तेव्हाच तुम्हाला परिपूर्ण यश मिळू शकते.

★ ज़ी व्यक्ती आपल्या विवेकाचा वापर करीत नाही, ती व्यक्ती प्रेतासारखी

असते. त्यामुळे नेहमी आपला कोणताही निर्णय विचारपूर्वक घ्या. लक्षात ठेवा तुमची विवेकशक्ती वाढविण्याचा सधा, सोपा मार्ग आहे- चांगली आणि ज्ञानवर्धक पुस्तके.

✯ एक पुस्तक वाचल्यानंतर तुम्हाला बुद्धिमत्तापूर्ण अनुभव आणि थोडासा थकवा येत असेल तसेच ते वाचीत असताना अनेक जीवन जगल्याचा अभास होत असेल, तर तुम्ही वाचत असलेले पुस्तक चांगले असल्याचा तो पुरावा आहे.

✯ चांगली पुस्तके वाचल्याने आपला आत्मविश्वास वाढतो तसेच आत्मसमाधानही मिळते.

✯ चांगली पुस्तके वाचून आणि चांगले संकलन करून तुम्ही तुमचेच नाही, तर तुमच्या कुटुंबाचे आणि समाजाचेही भले करीत असता.

✯ चांगली पुस्तके वाचल्यामुळे तुम्ही त्या लेखकाचे विचार तर समजून घेताच शिवाय तुमचे स्वतःचे विचारही विस्तृत होतात.

✯ वेळ मिळताच चांगली पुस्तके वाचायला घ्या नाही तर तुम्हाला पुस्तके वाचण्यासाठी वेळच मिळणार नाही.

✯ वाचण्यासारखे एखादे पुस्तक बाजारात आढळून आले तर तुम्ही ते लगेच खरेदी करायला हवे.

✯ तुमच्या जवळ एक बाग आणि एक पुस्तकालय असेल, तर मग तुम्हाला दुसऱ्या कशाची आवश्यकता पडत नाही. कारण या दोन्ही गोष्टी तुम्हाला जीवनातील प्रत्येक धडा शिकवतात.

✯ एक चांगले पुस्तक तुमचा नेहमीसाठी एक चांगला मित्र असते.

✯ आपल्या सोबत कोणीही नसले तरीही पुस्तके नेहमी आपली संगत करतात.

प्रतिक्रिया

प्रति,
प्रकाशक,
विनर्स ट्रॅक, प्रकाशन विभाग,
नवी दिल्ली.

महेदय,

आपल्या प्रकाशन संस्थेने प्रकाशित केलेले सूर्या सिन्हा यांचे **'नेटवर्क मार्केटिंग -सवाल आपके, जबाब सूर्या सिन्हा के '** हे पुस्तक मी वाचले. हे पुस्तक अतिशय चांगले असून याचा आकार आणि मांडणी अतिशय सुरेख आहे.

महोदय, मी गेल्या पाच वर्षांपासून नेटवर्क मेर्कटिंग बिझनेसमध्ये असून या काळात मी नेटवर्क मार्केटिंगशी संबंधित देशी परदेशी लेखकांची खूप सारी पुस्तके वाचली आहेत. मात्र त्यापैकी कोणतेही पुस्तक भारतीय नेटवर्कर्सच्या समस्या सोडविण्यासाठी किंवा मार्गदर्शन करण्यासाठी उपयुक्त नव्हते. कारण सर्व लेखकांनी आपल्या पुस्तकात बिझनेसशी संबंधित बरेच काही लिहिले असले, आकडेवारी दिली असली, तरी नेटवर्कर्सच्या समस्या मात्र कुणी मांडल्या नव्हत्या. या समस्यांमुळे ते मोकळेपणाने हा व्यवसाय स्वीकारू आणि करू शकत नव्हते. सूर्या सिन्हा यांच्या या पुस्तकाने मात्र ही उणीव भरून काढली आहे.

या पुस्तकाद्वारे नेटवर्कर्सना अतिशय चांगले मार्गदर्शन मिळते. सूर्याजींनी नेटवर्कर्सच्या प्रत्येक समस्येवर प्रकाश टाकला आहे. इतकेच नाही, तर अगदी अचूकपणे त्यांचे शंका समाधान केले आहे. खरं सांगायचं तर सूर्याजी यांनी नेटवर्क मार्केटिंग बिझनेसमधील प्रत्येक अपलाइनचे काम हे पुस्तक लिहून सोपे केले आहे. आपल्या डाउनलाईनच्या शंकांचे समाधान आणि मार्गदर्शन आम्ही

जितक्या सहजपणे करू शकत नव्हतो तितक्या सोप्या भाषेत हे काम सूर्याजी यांनी केले आहे. नेटवर्क मार्केटिंगशी संबंधित असलेल्या आणि होऊ इच्छिणाऱ्या प्रत्येकासाठी हे पुस्तक **मैलाचा दगड** असल्याचे मी ठामपणे सांगू इच्छितो. नेटवर्कर्सशी संबंधित कोणतीही समस्या सूर्याजी यांनी सोडलेली नाही. प्रत्येक समस्येचे समाधान दिले आहे. त्यामुळेच आमच्या टिममधील प्रत्येकाला मी हे पुस्तक वाचण्यासाठी प्रेरीत केले आहे. याचे चांगले परिणाम दिसून येत आहेत. नेटवर्क मार्केटिंगच्या विषयावर हे पुस्तक लिहिल्याबद्दल मी वैयक्तिक स्वरूपात सूर्या सिन्हा यांचे आभार मानतो.

राजा राम सहारन,
नेटवर्क मार्केटिंग लीडर,
(जयपूर, राजस्थान)

" " "

मी नेटवर्क मार्केटिंगवर अनेक पुस्तके वाचली असली तरीही नेटवर्क मार्केटिंग विषयावरील सूर्या सिन्हा यांचे हे पुस्तक अनमोल आहे. नेटवर्क मार्केटिंग बझिनेसमध्ये कोणालाही यशस्वी व्हायचे असेल, तर त्याने हे पुस्तक नक्कीच वाचायला हवे.

अंकूर माथुर,
नेटवर्क मार्केटिंग लीडर, ट्रेनर अँड मोटिव्हेटर
(जयपूर, राजस्थान)

नेटवर्क मार्केटिंग बिझनेसमध्ये एखाद्या व्यक्तीला यशस्वी व्हायचे असेल, तर मी त्याला खास करून असा सल्ला देईल की त्याने हे पुस्तक वाचावे. हे पुस्तक वाचण्यासाठी आपल्या टीमलाही प्रेरित करावे. जो कुणी असेल करील तो यशाचे शिखर सर क़रील आणि यशस्वी नेटवर्कर म्हणून ओळख निर्माण करील, याबद्दल मला पूर्ण खात्री आहे.

भूपेंद्र सिंग गौर,
नेटवर्क मार्केटिंग लीडर आणि मोटिव्हेटर,
(जबलपूर)

" " "

नेटवर्क मार्केटिंग मॅनेजमेंटसाठी सूर्या सिन्हा यांचे हे पुस्तक म्हणजे अमूल्य भेट आहे. हे पुस्तक श्रीमतं होण्याचा, आर्थिक स्वातंत्र्य मिळविण्याचे शास्वत रहस्य तसेच सुख आणि समृद्धीचा मार्ग दाखविणारे आहे. ज्यांची स्वप्ने मोठी आहेत आणि डोळ्यात आकाशाला गवसणी घालण्याची इच्छा आहे, त्यांच्यासाठी तर हे पुस्तक एक वरदान आहे. कमी वेळात चांगले परिणाम मिळविण्याचा मार्ग या पुस्तकात दाखविला आहे. या पुस्तकात सांगितलेल्या तंत्राचा वापर करून आमच्या टीमने अनेक पट अधिक विकास करून आपली स्वप्ने साकार केली आहेत. हे पुस्तक लिहिल्याबद्दल मी सूर्या सिन्हा यांना आमच्या सर्व टिमच्या वतीने धन्यवाद देतो. तसेच टिममधील सर्वांनी हे पुस्तक वाचायला हवे, असा मी सल्ला देतो. तुम्ही ज्या सफलतेची स्वप्ने पाहत आहात, ती मिळविण्यासाठी हे पुस्तक अतिशय उपयुक्त आहे.

पी. बी. सिंग, सिनियर मार्केटिंग लीडर,
माजी प्राचार्य, दिल्ली पब्लिक स्कूल,
(जम्मू)

प्रतिक्रिया

प्रश्न : तुमच्या वतीने एखादी शाळा चालविली जाते का? नेटवर्क मार्केटिंग बिझनेसमध्ये अधिक प्रगती करण्यासाठी मला पर्सनॅलिटी डेव्हलपेंटचा कोर्स करायचा आहे. मी बलिया येथे राहतो, पत्राद्वारे हा कोर्स करता येतो का?क्या है यह नेटवर्क मार्केटिंग हे पुस्तक कधी प्रकाशित होईल?

-राजेश सिंग,
(बलिया, बिहार)

उत्तर : आमच्या वतीने चालविण्यात येणाऱ्या शाळा दिल्ली, कोलकत्ता आणि मुंबईत आहेत. दुसऱ्या शहरातही काही सेंटर्स आहेत. जिथे वेळोवेळी प्रोग्राम आयोजित केले जातात. जिथे फक्त मीच नाही तर इतरही अनेक ट्रेनर येतात. लोकांना प्रशिक्षण देऊन त्यांचा आत्मविकास करतात. नेटवर्क मार्केटिंग बिझनेसमध्य पर्सनॅलिटीला खूप महत्त्व आहे. ही गोष्ट तुमच्या लक्षात आली आहे. तुम्ही माझ्या कॅसेट ऐका. त्यामध्ये पर्सनॅलिटी डेव्हलपमेंटविषयी अनेक गोष्टी तुम्हाला शिकायला मिळतील. पत्राद्वारे हा कोर्स करणे शक्य नाही. पुस्तके आणि कॅसेटस तुम्हाला भरपूर मदत करू शकतात. तुमच्या शहरात कधी माझा कार्यक्रम असला, तर तुम्हाला त्याची सूचना नक्की दिली जाईल.

प्रश्न : आमच्या ग्रुपमध्ये वाटण्यासाठी मला २०० प्रती हव्या आहेत, त्यासाठी मी कुठे संपर्क करू?

- संदीप घोष,
(कोलकत्ता)

उत्तर : पुस्तकांसाठी तुम्ही पुस्तकाचे प्रकाशक विनर्स ट्रॅक (प्रकाशन विभाग) यांच्याशी संपर्क करा. योग्य कमिशनवर तुम्हाला पुस्तके मिळतील.

प्रश्न : मी एक ग्रुप लीडर असून तुम्ही माझ्या ग्रुपला प्रशिक्षित करावे, अशी माझी इच्छा आहे. हे शक्य आहे का? कृपया तुमची फीस वगैरे मला सांगा.

- डी. पी. सक्सेना,
(वाराणशी)

उत्तर : होय, हे शक्य आहे. फीस वगैरेच्या बाबतीत तुम्ही जास्त काळजी करू नका. सुदर भारताच्या निर्मितीला हातभार लावण्यासाठी जास्तीत जास्त तरूणांना शिक्षित करणे, हाच माझा उद्देश आहे. तसेही वेळ आणि परिस्थिती पाहून मानधन निश्चित केले जाते.

" " "

नेटवर्क मार्केटिंगशी संबंधित प्रत्येकाला हे पुस्तक वाचणे अनिवार्य करायला हवे. नेटवर्क मार्केटिंगसाठी हे चांगले क्रमिक पुस्तक आहे.

- अनिल यादव
सेक्टर-४४, नोएडा

" " "

हे पुस्तक वाचल्यानंतर कोणीही व्यक्ती नेटवर्क मार्केटिंग सोडून जाणार नाही, उलट व्यवसायात नवीन विक्रम करील.

- कुलदीप मुटरेजा
मनकापूर, उ.प्र.

'विनर्स ट्रॅक' सादर करीत आहे

लेखक, मानवी प्रशिक्षक आणि प्रेरक सूर्या सिन्हा यांचे एक दिवशीय, दोन दिवशीय, तीन दिवशीय, पाच दिवशीय आणि सात दिवशीय सेमिनार तसेच कार्यशाळा. यामध्ये सामील होऊन मिळवू शकता, तुमच्या व्यक्तिमत्त्वाला अगळी झळाळी. त्यामुळे तुम्ही होऊ शकता एकता सफल, व्यवस्थित आणि जबाबदार व्यक्तिमत्त्वाचे स्वामी.

या कार्यशाळा आणि सेमिनार खालील विषयांवर आयोजित केल्या जातात.

- ☐ **सफलता प्राप्ती** — **(Gajin Success)**
- ☐ **व्यक्तिमत्त्व विकास** — **(Personality Dvvelopment)**
- ☐ **भाषण आणि सादरीकरण कला** — **public Speaking &ersentatinkil))**
- ☐ **संभाषण कला** — **(Communication Skill)**
- ☐ **ध्यान साधना आणि तणाव मुक्ती** — **(Medatation & Art of Relaxtion)**
- ☐ **व्यवहार कुशलता** — **(Relationship Mastery)**
- ☐ **स्मरणशक्ती विकास** — **(Memory Development)**
- ☐ **अभ्यास तंत्र** — **(Study Technology)**
- ☐ **शिक्षण तंत्र** — **(Teaching Technology)**
- ☐ **वेळ व्यवस्थापन** — **(Time Management)**
- ☐ **ध्येय निर्धारण** — **(Goal Setting)**
- ☐ **नेतृत्त्व** — **(Leadership)**
- ☐ **व्यवसाय विकास** — **(Business Development)**
- ☐ **सेल्स प्रमोशन** — **(Sales Promotion)**
- ☐ **डी. टी. डब्ल्यू.** — **(Distributors Training Workshop)**

बुकिंगसाठी विनंती अर्ज

नाव ______________________________

पत्ता ______________________________

____

फोन ______________ मोबाईल ______________

इ- मेल ______________________________

कार्यशाळा / सेमिनार - ☐ सात दिवसीय ☐ पाच दिवसीय ☐ तीन दिवसीय ☐ दोन दिवसीय ☐ एक दिवसीय

(ज्या कार्यशाळेची / सेमिनारची निवड करायची आहे त्यावर ✓ करा.)

कृपया लक्ष द्या

- सर्व कार्यशाळा / सेमिनार साठी वेगवेगळी व्यावसायिक फीस आहे.
- एकापेक्षा अधिक कार्यशाळा/ सेमिनारसाठी पॅकेज डिस्काऊंट मिळेल.
- विमान प्रवास भाडे, राहणे आणि जेवणाचा वेगळा चार्ज लागेल.
- निवडलेल्या कार्यशाळा/ सेमिनारच्या बुकिंगसाठी ५० टक्के रक्कम बँक चेक किंवा डीडी द्वारे बुंकिंग करताना भरावी लागेल.

सूर्या सिन्हा यांची पुस्तके किंवा कॅसेट तुम्हाला तुमच्या शहरात मिळत नसतील किवा कार्यशाळा/ सेमिनार बुकिंगसाठी आम्हाला

इ मेल करा किवा फोनवर संपर्क करा

e-mail : winnerztrack@gmail.com

website : www.suryasinha.com
www.winnerztrack.com

फोन : ०९३१३६३२९८१, ०९३५०५२७२०४

आमंत्रण

तुम्हाला तुमचा व्यक्तिमत्त्व विकास घडवून आणायचा असेल आणि वैयक्तिक स्वरूपात लेखक, मानर प्रशिक्षक आणि प्रेरक सूर्या सिन्हा यांचा **'पर्सनॅलिटी डेव्हलपमेंट प्रोग्राम'** अटेंड करायचा असेल, तर तुम्ही हा रजिस्ट्रेशन फॉर्म भरून आम्हाला इ- मेल करू शकता. आमच्या **'पर्सनॅलिटी डेव्हलपमेंट कोर्स'** मध्ये तुम्हाला सहभागी होता यावे यासाठी तुमच्या जवळच्या शहरात तुम्हाला आमंत्रित करू

रजिस्ट्रेशन फॉर्म

अर्जदाराचे नाव :

वडील/ पतीचे नाव :

आईचे नाव :

वय : **वर्षे**

लिंग : ( ) **पुरूष** ( ) **स्त्री**

शैक्षणिक पात्रता :

अर्जदाराचा व्यवसाय :

घरचा पत्ता :

फोन नंबर :

मोबाईल नंबर :

कार्यालयीन पत्ता :

फोन नंबर :

ठिकाण :

दिनांक :

अर्जदाराची सही

'ज्याने मन जिंकले, त्याने जणू जग जिंकले
आणि जो मनाने पराभूत झाला त्याने आपले सर्वस्व गमावले.'

मनाला जिंकण्याची कला शिकविणारे एक अनुपम पुस्तक

लेखक, मानवी प्रशिक्षक आणि प्रेरक **सूर्या सिन्हा** यांच्या लेखनीतून साकारलेल्या दोन नवीन अनमोल कृती

नेटवर्क मार्केटिंग बिझनेसमध्ये सफलता कशी मिळवावी आणि सफलता मिळविण्यासाठी कोण कोणती आवश्यक पाऊले उचलावीत?
या ज्वलंत प्रश्नावर तोडगा सांगणारे एक अनुपम पुस्तक